ഭൂകുത്തകയും കാർഷിക ബന്ധങ്ങളും

മുൻ കാസർഗോഡ് താലൂക്കിൽ

bhookuthakayum karshikabandhangalum

(mun kasarkode thalookil)

•

dr. k k n kurup

•

first chintha edition
march 2018

•

published
chintha publishers, thiruvananthapuram

•

typesetting
star communications, thiruvananthapuram

•

cover
vinod

വിതരണം

ദേശാഭിമാനി ബുക്ക് ഹൗസ്

H O തിരുവനന്തപുരം-695 035
Ph: 0471-2303026, 6063020
www.chinthapublishers.com
chinthapublishers@gmail.com

ബ്രാഞ്ചുകൾ

ഹെഡ്ഡാഫീസ് ബ്രാഞ്ച് കുന്നുകുഴി • സ്റ്റാച്യു തിരുവനന്തപുരം • കെ എസ് ആർ ടി സി ബസ് സ്റ്റേഷൻ ആലപ്പുഴ • കെ എസ് ആർ ടി സി ബസ് സ്റ്റേഷൻ എറണാകുളം • മച്ചിങ്ങൽ ലെയ്ൻ തൃശൂർ • ഐ ജി റോഡ് കോഴിക്കോട് • മാവൂർ റോഡ് കോഴിക്കോട് • എൻ ജി ഒ യൂണിയൻ ബിൽഡിങ് കണ്ണൂർ • സെൻട്രൽ ബസ് ടെർമിനൽ കോംപ്ലക്സ് താവക്കര കണ്ണൂർ

CO - 2829 / 4570
ISBN - 978-93-86637-99-4

ഭൂകുത്തകയും കാർഷിക ബന്ധങ്ങളും
(മുൻ കാസർഗോഡ് താലൂക്കിൽ)

ഡോ. കെ കെ എൻ കുറുപ്പ്

ചിന്ത പബ്ലിഷേഴ്സ്
തിരുവനന്തപുരം-695 035

ഡോ. കെ കെ എൻ കുറുപ്പ്

1939 ൽ ജനനം. ചരിത്രകാരനും ഗവേഷകനും. കാലിക്കറ്റ് സർവ്വകലാശാലയുടെ മുൻ വൈസ് ചാൻസലർ. കേരള സർക്കാരിന്റെ സാംസ്കാരിക വകുപ്പിനുകീഴിലുള്ള തൃപ്പൂണിത്തുറയിലെ സെന്റർ ഫോർ ഹെറിറ്റേജ് സ്റ്റഡീസിന്റെ മുൻ ഡയറക്ടർ ജനറൽ. എം ഇ എസ് കമ്യൂണൽ ഹാർമണി അവാർഡ്, ഷെയ്ക്ക് സെയ്നുദ്ദീൻ മഗ്ദും (Makhdoom) അവാർഡ്, കൊച്ചുണ്ണി പണിക്കർ തുടങ്ങിയ അവാർഡുകൾ നേടിയ ചരിത്രകാരൻ.

ഇന്ത്യൻ കൗൺസിൽ ഓഫ് ഹിസ്റ്റോറിക്കൽ റിസർച്ചിലെ ഫെലോ ആണ്. 1991 ൽ ധാർവാനിൽ സമ്മേളിച്ച സൗത്ത് ഇന്ത്യൻ ഹിസ്റ്ററി കോൺഗ്രസിന്റെ ജനറൽ പ്രസിഡന്റും 1993 ൽ മൈസൂറിൽ ചേർന്ന ഇന്ത്യൻ ഹിസ്റ്ററി കോൺഗ്രസിന്റെ പ്രസിഡന്റും ആയിരുന്നു.

1981 ൽ സാമൂഹ്യശാസ്ത്രത്തിൽ മലയാളത്തിലെ നല്ല കൃതിക്കുള്ള കെ ദാമോദരൻ അവാർഡും 2010 ൽ അബുദാബി ശക്തിയുടെ ടി കെ രാമകൃഷ്ണൻ സമ്മാനവും നേടി.

മലയാളത്തിലും ഇംഗ്ലീഷുമായി നാല്പതിലേറെ ഗ്രന്ഥങ്ങൾ രചിച്ചിട്ടുണ്ട്. വടകരയിൽ മലബാർ ഇൻസ്റ്റിറ്റ്യൂട്ട് ഫോർ റിസർച്ച് & ഡെവലപ്മെന്റ് (2002) സ്ഥാപിച്ച് ഗവേഷണ പ്രവർത്തനങ്ങൾക്ക് നേതൃത്വം നല്കിയിരുന്നു.

വിലാസം   : ചോമ്പല പി ഒ
                  വടകര, കോഴിക്കോട്
ഫോൺ   : 9747002929

ഉള്ളടക്കം

അനുബന്ധങ്ങൾ

പ്രസാധകക്കുറിപ്പ്

ഒരു ദേശത്തിന്റെ വികാസം അവിടെ നിലനിന്നിരുന്ന ഭൂബ
ന്ധങ്ങളുമായി ബന്ധപ്പെട്ടുകിടക്കുന്നു. ബ്രിട്ടീഷ് വാഴ്ച
യ്ക്കുകീഴിൽ അമരുന്നതിനു മുമ്പ് വിവിധ നാട്ടുരാജ്യങ്ങ
ളിൽ വിവിധങ്ങളായ ഭൂബന്ധങ്ങളാണുണ്ടായിരുന്നത്.
തെക്കൻ കർണ്ണാടകത്തിലും കേരളത്തിലെ കാസർഗോഡു
പ്രദേശങ്ങളിലും നിലനിന്നിരുന്ന സവിശേഷമായ ഭൂബന്ധ
ത്തെക്കുറിച്ചുള്ള പഠനങ്ങളാണ് ഈ ഗ്രന്ഥത്തിൽ. ടിപ്പു
വിന്റെ മരണശേഷം അദ്ദേഹത്തിന്റെ നിയന്ത്രണത്തിൻകീഴി
ലുണ്ടായിരുന്ന ഭൂപ്രദേശങ്ങളിൽ ഒരു ഭാഗം ബ്രിട്ടീഷ് അധീ
നതയിലായി. ശ്രീരംഗ പട്ടണം കരാറിനെത്തുടർന്നാണിത്.
മറ്റ് രണ്ടു ഭാഗങ്ങൾ പേഷ്വയും നൈസാമും പങ്കിട്ടു. ഫല
ഭൂയിഷ്ഠമായ തെക്കൻ കർണ്ണാടക ദേശങ്ങൾ ബ്രിട്ടീഷ് ഭര
ണത്തിൻകീഴിലായി ഈ പ്രദേശങ്ങളിലെ കർഷകരെ
വൻകിട ജന്മിമാരും ബ്രിട്ടീഷ് സർക്കാരും ചേർന്നു ഞെക്കി
പ്പിഴിഞ്ഞു. യഥാർത്ഥ കർഷകർ തങ്ങളുടെ അദ്ധ്വാനം പാഴാ
കുന്നതറിഞ്ഞു. വ്യക്തിഗത സംരംഭങ്ങൾക്കുള്ള താല്പര്യം
നശിച്ചു. ഉല്പാദന മിച്ചം നാടിന്റെ മൂലധനമായി മാറിയില്ല.
ബ്രിട്ടീഷുകാർ അത് കവർന്നു. റയറ്റുവാരി സമ്പ്രദായം ഭൂബ
ന്ധങ്ങളെ സങ്കീർണ്ണമാക്കി. ഭൂബന്ധങ്ങളെപ്പറ്റി മനസ്സിലാ
ക്കാൻ ശ്രമിക്കുന്നവർക്ക് അമൂല്യമായ വിവരങ്ങളും വിശക
ലനങ്ങളും നല്കുന്ന ഈ കൃതി ചിന്ത സസന്തോഷം പ്രസി
ദ്ധീകരിക്കുന്നു.

ചിന്ത പബ്ലിഷേഴ്സ്

ആമുഖം

ഈ ഗവേഷണ പഠനം 1980 കളിൽ ന്യൂഡൽഹിയിലെ ചരിത്ര ഗവേ ഷണ കൗൺസിലിന്റെ സാമ്പത്തിക സഹായത്തോടെ പൂർത്തിയാക്കി യതും പിന്നീടു ജേർണൽ ഓഫ് കേരള സ്റ്റഡീസും കോഴിക്കോട് സർവ്വ കലാശാലയും ഇംഗ്ലീഷിൽ പ്രസിദ്ധീകരിച്ചതുമാണ്. പിന്നീട് ഹംപി സർവ്വ കലാശാല പ്രസിദ്ധീകരിച്ച ഡോ. ചന്ദ്രശേഖരന്റെ ഭൂബന്ധങ്ങളെപ്പറ്റി പഠ നത്തിൽ ഉൾപ്പെടുത്തുകയും ചെയ്തിരുന്നു. ഇന്ത്യയിൽ മറ്റെല്ലാ ഭാഗങ്ങ ളിലും നടത്തിയതുപോലെ കാർഷിക ബന്ധങ്ങളിൽ ഘടനാപരമായ മാറ്റ ങ്ങളാണ് ബ്രിട്ടീഷുകാർ തെക്കൻ കർണ്ണാടക ജില്ലയിലും ഉണ്ടാക്കിയത്. ബാഡൻ പവൽ, രമേശ് ചന്ദ്രദത്ത തുടങ്ങിയവർ ഈ മാറ്റങ്ങളെ വിശക ലനം ചെയ്തിട്ടുണ്ട്. എന്നാൽ ഒരു താലൂക്കിനെ കേന്ദ്രീകരിച്ചുള്ള വിശ കലനത്തിന് കാർഷിക ബന്ധങ്ങളുടെ പഠനം നടത്തിയ സ്പെഷലിസ്റ്റു കൾ പ്രാധാന്യം കൊടുത്തുകാണുന്നില്ല. അതിനാൽ തെക്കൻ കർണ്ണാ ടക ജില്ലയിലെ കാസർഗോഡ് താലൂക്കിനെ കേന്ദ്രീകരിച്ചുകൊണ്ടുള്ള ഒരു പ്രധാന പഠനം ഇവിടെ ഏറ്റെടുക്കുകയുണ്ടായി. അതു കേരളത്തിൽ ഭൂപ രിഷ്കരണം നടപ്പിലാക്കുന്നതിനു മുമ്പുള്ള ഭൂകുത്തകയുടെ സ്ഥിതിഗതി കളെ വിശകലനം ചെയ്യുന്നു.

ഇത്തരത്തിലുള്ള ഒരു പഠനത്തിൽ സംഭവിക്കുന്ന പല പരിമിതികളും ഈ പഠനത്തിലും കാണാവുന്നതാണ്. ബ്രിട്ടീഷു ഭരണകർത്താക്കൾ 150 വർഷത്തോളം വരുന്ന കാലത്തുണ്ടാക്കിയ ഭരണപരമായ റിപ്പോർട്ടുകളും ശുപാർശകളും ഈ പഠനത്തിൽ ഉപയോഗപ്പെടുത്തിയിട്ടുണ്ട്. തോമസ് മൺറോവിന്റെ കാലടികൾ പിന്തുടർന്നുകൊണ്ട് കമ്മീഷണർമാർ ജില്ല യിലെ മുഴുവൻ റവന്യൂ കണക്കുകൾ ഒന്നായി രേഖപ്പെടുത്തുകയാണ് ചെയ്തിട്ടുള്ളത്. സ്റ്റെറോക്കിന്റെ ജില്ലാ മാനുവൽ ഇതിനൊരുദാഹരണമാണ്.

അതിനാൽ ഒരു താലൂക്കിനെ അടിസ്ഥാനപ്പെടുത്തിയിട്ടുള്ള പഠനത്തിൽ അതിന്റേതായ പരിമിതികൾ കാണാം. ഇത്തരം പരിമിതികൾക്കകത്തു നിന്നുകൊണ്ട് ഒരു താലൂക്കിന്റെ ഭൂകുത്തകയെയും ബ്രിട്ടീഷുനയത്തെയും പറ്റി കഴിയുന്നത്ര വിശദമായി പഠിക്കുവാനുള്ള ഒരു എളിയ ശ്രമം ഇവിടെ നടത്തിയിട്ടുണ്ട്. ആ നയം നടപ്പിലാക്കുന്നതിന്റെ പിന്നിൽ ബ്രിട്ടീഷുകോ ടതികളും ശക്തമായി പ്രവർത്തിച്ചുവെന്നു കാണാം.

ഈ താലൂക്കിന്റെ പിന്നോക്കാവസ്ഥയുടെ ഏറ്റവും വലിയ ഒരു കാരണം ബ്രിട്ടീഷുഭരണത്തിന്റെ റവന്യൂ നയം വഴിയുള്ള മൂലധനനിക്ഷേ പത്തിന്റെ ചോർച്ചയും സാമ്പത്തിക വളർച്ചയുടെ നിശ്ചലതയുമാണ്. വിഭ വങ്ങളും കാർഷികോല്പാദനത്തിന്റെ മിച്ചവും സ്റ്റേറ്റിന്റെ ശക്തവുമായ ചൂഷണം വഴി ജന്മിമാർക്കിടയിൽപ്പോലും മൂലധനകേന്ദ്രീകരണം ഇല്ലാ താക്കിയെന്നു കാണാം. ആ സ്ഥിതിയിൽ കാർഷിക സമൂഹം ദരിദ്രമായി മാറി. ഇപ്പോഴും, സ്വാതന്ത്ര്യലബ്ധിയുടെ എഴുപതോളം വർഷം പിന്നിട്ട പ്പോഴും ഈ സ്ഥിതിക്കു ഇവിടെ വലിയ മാറ്റം സംഭവിച്ചിട്ടില്ല.

ഈ താലൂക്കിന്റെ സാമൂഹ്യ സാമ്പത്തിക ഘടന സമ്പത്തുല്പാദന ത്തിനു സഹായകമായിരുന്നില്ല. ചൂഷിതരായ കാർഷികസമൂഹമാണ് കൊളോണിയൽ ഭരണത്തിന്റെ ഭാരം ചുമന്നത്. അവരെ ചൂഷണം ചെയ്ത താകട്ടെ വാരം- പാട്ടം പിഴിഞ്ഞെടുത്ത ഒരു ഭൂകുത്തകയും. ഈ കാർഷിക സമൂഹത്തെ മുഴുവൻ സഞ്ചരിപ്പിച്ചത് മുപ്പതുകളിലും നാല്പതുകളിലും ഇവിടെ വളർന്നു വന്ന ദേശീയപ്രസ്ഥാനമായിരുന്നു. കോൺഗ്രസ് സോഷ്യ ലിസ്റ്റുകാർ കൊളോണിയൽ സ്റ്റെയിറ്റിനെതിരായി നടത്തിയ സമരങ്ങളിൽ ഈ കാർഷിക സമൂഹം ശക്തമായി പങ്കെടുത്തു. സാമ്രാജ്യവിരുദ്ധമായ കയ്യൂർ പോലുള്ള സ്ഥലങ്ങളിൽ നടന്ന പ്രക്ഷോഭങ്ങളെ ഈ ഗ്രന്ഥ കർത്താവുതന്നെ മുമ്പ് പഠനം നടത്തിയിട്ടുണ്ട്. (*കയ്യൂർ റയറ്റ്*, 1978).

കാർഷിക പഠനങ്ങളിൽ താല്പര്യമെടുക്കുന്ന പണ്ഡിതന്മാർക്കു മുമ്പിൽ ഈ പഠനം അവതരിപ്പിക്കുന്നതിൽ വലിയ സന്തോഷമുണ്ട്. ഇത്തരം ഒരു പഠനത്തിൽ ഈ ഗ്രന്ഥകർത്താവിന് താല്പര്യമെടുക്കുവാൻ കഴിഞ്ഞതിന്റെ ഒരു കാരണം 1960 ൽ സൗത്ത് കനറാ ജില്ലയിലെ തെക്കൻ ഗ്രാമമായ 114 തെക്കെ തൃക്കരിപ്പൂരിന്റെ പരമ്പരാഗത പട്ടേൽ ജോലിയിൽ കുട്ടമത്ത് കുന്നിയൂർ വർഗ്ഗദാർ കുടുംബാംഗമെന്ന നിലയിൽ ഈ ഗ്രന്ഥ കർത്താവിന് പ്രവർത്തിക്കുവാൻ കഴിഞ്ഞിരുന്നു. മിസ്സിസ് സി എസ് ജയശ്രീ ഈ ഗവേഷണത്തിൽ പങ്കാളിയായി തമിഴ്നാട് ആർക്കൈവ്സിൽ ഒരു വർഷത്തോളം വ്യാപരിക്കുകയുണ്ടായി. ഇതിന്റെ ഇംഗ്ലീഷ് പ്രസി ദ്ധീകരണത്തിനു അവതാരിക എഴുതിയത് ഡോ. കെ കെ കുസുമൻ എന്ന സുഹൃത്താണെന്നു പ്രത്യേകം രേഖപ്പെടുത്തട്ടെ. ദോഹയിൽവെച്ച് ഈ വിവർത്തനം പൂർത്തിയാക്കുന്നതിനിടയിൽ എന്നെ സന്ദർശിച്ച സുഹൃ ത്തുക്കൾക്കുകൂടി ആതിഥ്യം നല്കിയ എഞ്ചിനീയർ അനിൽകുമാർ, മകൾ മീനാ അനിൽകുമാർ എന്നിവരോട് പ്രത്യേകം കടപ്പാടുകൾ.

ദോഹ
30-03-2014 ഡോ. കെ കെ എൻ കുറുപ്പ്
മുൻ വൈസ് ചാൻസലർ

അവതാരിക

ടിപ്പു സുൽത്താന്റെ രാഷ്ട്രീയ ആസൂത്രണങ്ങൾക്ക് ഒരു തിരിച്ചടിയെ ന്നോണം 1792 ലെ ശ്രീരംഗപട്ടണം സന്ധി ഒപ്പിട്ടതോടുകൂടെ മലബാർ അദ്ദേഹത്തിന്റെ ഭരണത്തിൽനിന്നും വിടുതിനേടി ബ്രിട്ടീഷ് മേലധികാര ത്തിന്റെ കീഴിലെത്തി. ഈ രാഷ്ട്രീയ മാറ്റത്തോടെ അദ്ദേഹത്തിന്റെ ഭരണ ത്തിനുകീഴിൽ അസന്തുഷ്ടരായിരുന്ന ഒരു വിഭാഗം കമ്പനി ഭരണത്തിലും അപ്രകാരംതന്നെ തുടർന്നു. ബ്രിട്ടീഷ് ഭരണത്തിനുകീഴിൽ കർഷകർക്കു സംഭവിച്ച സാമ്പത്തികത്തകർച്ചയുടെ വസ്തുതകൾ വ്യക്തമാക്കുന്ന ഒന്നാണ് കെ കെ എൻ കുറുപ്പിന്റെ ഈ പഠനം. കൊളോണിയൽ ഭരണ ത്തിന്റെ ആരംഭത്തിൽത്തന്നെ അതിനെതിരായി അസന്തുഷ്ടരായ കർഷ കർ ധാരാളം അസംഘടിത സമരങ്ങൾ നടത്തുകയുണ്ടായി. അതിനു ആവേശകരമായ നേതൃത്വം കൊടുത്തവരിൽ ടിപ്പു സുൽത്താന്റെ അനു യായികളും ഉൾപ്പെട്ടു. പുതിയ ഭരണവുമായും അതിന്റെ നേതൃത്വവുമായും സമരസപ്പെടുവാൻ ഇവർക്കു കഴിഞ്ഞില്ല. കർഷകർക്കെതിരായ നയങ്ങൾ, പ്രത്യേകിച്ചും ചൂഷണത്തിനു കാരണമായവ അവരെ മറ്റൊരു ഭാഗത്തേക്കു പിന്തള്ളി. കഴിയുന്നത്ര റവന്യൂ പിരിപ്പിക്കുകയെന്ന ബ്രിട്ടീഷുഭരണ നയം സ്വയം അസന്തുഷ്ടി വളർത്തി. ജന്മിമാർ കൊളോണിയൽ നേതൃത്വവു മായി നടത്തിയ ഏറ്റുമുട്ടൽ സാമ്പത്തിക നാശം വരുത്തുകയും അതു കർഷകരുടെ തുടർന്നുള്ള ഏറ്റുമുട്ടലുകൾക്ക് കാരണമാവുകയും ചെയ്തു. അത്തരത്തിലുള്ള ഒന്നാണ് വിട്ടൽ ഹെഡ്ഗെയുടെ നേതൃത്വത്തിൽ നട ന്നത്. ഈ കലാപം അടിച്ചമർത്തുവാൻ ബ്രിട്ടീഷുകാർക്കു രാഷ്ട്രീയമായി സ്വയം മാറിക്കഴിഞ്ഞ പ്രാദേശിക ജന്മിമാരുടെ പിന്തുണയും ലഭിച്ചു. കച്ചവ ടക്കാരും ഈ കലാപം അടിച്ചമർത്തുവാൻ വേണ്ട സഹായങ്ങൾ നല്കി.

റീഡും മൺറോവും മറ്റൊരു റവന്യൂനയം സ്വീകരിച്ച പ്രകാരം മധ്യ വർത്തികളെ ഒഴിവാക്കുവാനും അവരെ സ്വത്തുടമകളാക്കുവാനുംവേണ്ടി ഒരു പുതിയ രീതി ആരംഭിക്കുകയുണ്ടായി. ഈ പുതിയ നിയമത്തിലും വൻ ജന്മി കുടുംബങ്ങളുടെ നിലനില്പ് സാദ്ധ്യമാക്കുന്ന അനേകം ഒഴിക ഴിവുകൾ ഉണ്ടായിരുന്നു. ജന്മിമാരുടെ ന്യൂനപക്ഷത്തെ നിലനിർത്തുക യെന്ന ബ്രിട്ടീഷുനയത്തിന്റെ തുടർച്ചകാരണം ഇത്തരം കുടുംബങ്ങളെ ഒഴിവാക്കുക സാദ്ധ്യമായിരുന്നില്ല.

മൺറോവിന്റെയും സഹപ്രവർത്തകരുടെയും ആശയങ്ങൾ ഭൂനികുതി സ്ഥിരമായി നിജപ്പെടുത്തുകയുണ്ടായെന്ന് പ്രൊഫ. കുറുപ്പ് വ്യക്തമാ ക്കുന്നു. കമ്പനിയുടെ റയറ്റുവാരി കരാർ വ്യവസ്ഥ പ്രധാനമായും ഭൂമി കൈവശമുള്ളവരും വർഗ്ഗദാർമാരുമായിട്ടായിരുന്നു. കർഷകത്തൊഴിലാ ളികളുടെ ജീവിതം അടിമത്തത്തിനുസമാനമായിരുന്നു. അടിമത്തൊഴിൽ, ബ്രിട്ടീഷുകാർ ഇന്ത്യയിൽ അടിമത്തമവസാനിപ്പിച്ചതിനുശേഷവും തുടർന്നുവന്നു. കൊളോണിയൽ ഭരണവും ജന്മിത്തവും തമ്മിലുള്ള കൂട്ടു കെട്ട് കർഷകരുടെയും കർഷകത്തൊഴിലാളികളുടെയും സാമ്പത്തിക ദുരി തത്തിന് ആക്കം കൂട്ടി.

ജന്മിമാർ ഒരു വർഗ്ഗമെന്ന നിലയിൽ ഒരു സമ്പന്ന വിഭാഗമാണെന്നും സാധാരണക്കാരായ ജനലക്ഷങ്ങളുമായി അവർക്കു യാതൊന്നും പൊതു വായില്ലെന്നും ഉള്ള ഒരു ധാരണ ഉണ്ടായിട്ടുണ്ട്. എന്നാലത് അപ്രകാര മല്ല. ജന്മിമാർക്കിടയിൽ തന്നെ ഒരു വിഭാഗത്തിനു തങ്ങളുടേതായ അനേകം അവശത ഉണ്ടായിക്കൊണ്ടിരിക്കുന്ന കാര്യം പ്രൊഫ. കുറുപ്പ് അനാവരണം ചെയ്യുന്നു. ഗ്രന്ഥകാരൻ പ്രസ്താവിക്കുന്നതുപോലെ ഒരു ശതമാനം മാത്രം ജന്മികൾ സമ്പന്നരാണ്. എട്ടിലൊന്നു നല്ല നിലയിലാ ണ്. പകുതി ഭാഗം ദരിദ്രരും കടത്തിൽപ്പെടാതെ കഴിഞ്ഞവരും മാത്രമാ യി. മുപ്പത്തിയഞ്ചു ശതമാനം വെറും ദരിദ്രരായിരുന്നു. താഴെത്തട്ടിലുള്ള ഇവർ വണിക്കുകളെയും പണമിടപാടുകാരെയും ആശ്രയിച്ചു.

തെക്കൻ കർണ്ണാടകത്തിൽ നിലനിന്നിരുന്ന ഭൂബന്ധങ്ങളിലെയും അവകാശങ്ങളിലെയും വൈവിദ്ധ്യം കാണുമ്പോൾ ഒരാൾ ആശ്ചര്യപ്പെ ട്ടുപോകും. ജന്മിമാർ കർഷകരിൽ നിന്നു പറ്റുന്ന പങ്കിന്റെയും കമ്പനി ജന്മിമാരിൽനിന്നും മറ്റുള്ളവരിൽനിന്നും പിരിക്കുന്ന വിഹിതത്തിന്റെയും അന്തരം വലുതായിരുന്നു. ഗവേഷകരുടെയും പണ്ഡിതസമൂഹത്തിന്റെയും പ്രത്യേക ശ്രദ്ധ ആകർഷിക്കുന്നവിധം സൂക്ഷ്മതയും മുന്നറിവും ഉൾക്കൊണ്ടുകൊണ്ടാണ് ഗ്രന്ഥകർത്താവ് ഇത്തരത്തിലുള്ള ഭു അവകാ ശങ്ങളെയും കടമകളെയുംപറ്റിയുള്ള വസ്തുതകൾ വിവരിക്കുന്നത്. മല ബാറിലുള്ള ഭൂവവകാശങ്ങളുടെ സങ്കീർണ്ണതകളുടെ ഒരവലോകനവും ഇതിൽ ലഭിക്കുന്നതാണ്. ഹ്രസ്വമാണെങ്കിലും ഈ പഠനം ഭു അവകാശ

ങ്ങളുടെ സങ്കീർണ്ണതകൾ പരിചയപ്പെടുത്തുവാനും കമ്പനിയുടെ മലബാർ ഭരണം നടപ്പിലാക്കിയ നിർദ്ദയമായ റവന്യൂ നയത്തിന്റെ ചൂഷണം വ്യക്ത മാക്കുവാനും സഹായമാണെന്നു പറയാം.

25 ഏപ്രിൽ 2000   ഡോ. കെ കെ കുസുമൻ
തിരുവനന്തപുരം   കേരള യൂണിവേഴ്സിറ്റി

1

വിഭജിക്കപ്പെട്ട മൈസൂർ രാജ്യം

മൈസൂർ രാജഭരണത്തിന്റെ നിർമ്മാർജ്ജനത്തോടെ പത്തൊ
മ്പതാം നൂറ്റാണ്ടിന്റെ ആരംഭത്തിൽ ദക്ഷിണേന്ത്യയുടെ രാഷ്ട്രീയ ചരിത്ര
ത്തിൽ ഒരു വലിയ മാറ്റം സംഭവിച്ചു. ടിപ്പുസുൽത്താന്റെ അധീനത്തിലു
ണ്ടായിരുന്ന ഭൂപ്രദേശങ്ങൾ അദ്ദേഹത്തിന്റെ മരണത്തോടെ ശ്രീരംഗ
പട്ടണം കരാറിനു ശേഷം ബ്രിട്ടീഷ്, നൈസാം, മറാത്തർ (പേഷ്വ) എന്നി
വർക്കിടയിൽ വിഭജിക്കപ്പെട്ടു. ഫലഭൂയിഷ്ഠവും തന്ത്രപ്രധാനവുമായ തീര
പ്രദേശമുൾക്കൊണ്ട കർണ്ണാടക സംസ്ഥാനം ഇംഗ്ലീഷ് ഈസ്റ്റിന്ത്യാകമ്പനി
പിടിച്ചെടുത്തു. മലബാറിനെ തൊട്ടുനില്ക്കുന്ന ഏറ്റവും വടക്കുള്ള കർണ്ണാ
ടക പ്രദേശം പില്ക്കാലത്ത് കൊറിയാൽ (മംഗലാപുരം) ബേക്കൽ
(കാസർഗോഡ്) നീലീശരം (നീലേശ്വരം) എന്നിവയുൾപ്പെട്ട ദക്ഷിണ
കർണ്ണാടക ജില്ലയായി രൂപീകരിക്കപ്പെട്ടു.[1] ഈ പ്രദേശം ഒരു വിദേശഭര
ണത്തിന്റെ കീഴിൽ ആദ്യമായി കൊളോണിയൽ രീതിയിൽ ഉല്പാദന
മിച്ചം പിഴിഞ്ഞെടുക്കുന്ന അനുഭവത്തിനു വിധേയമായി.

ഈ പ്രദേശം 1799 നു ശേഷം ദക്ഷിണ കർണ്ണാടക ജില്ല രൂപീകരി
ക്കപ്പെടുന്നതുവരെ കുന്താപുരം, ഉഡുപ്പി, മംഗലാപുരം, കാസർഗോഡ്,
ഉപ്പനങ്ങാടി എന്നീ താലൂക്കുകൾ ഉൾക്കൊണ്ട് കർണ്ണാടക സംസ്ഥാനം
എന്നറിയപ്പെട്ടു. കമ്പനി ഈ സംസ്ഥാനം ഏറ്റെടുത്ത ഉടനെ അതിന്റെ
ആദ്യത്തെ സെറ്റിൽമെന്റ് ഓഫീസറും കളക്ടറുമായി ക്യാപ്റ്റൻ തോമസ്
മൺറോവിനെ നിയമിച്ചു.

മൈസൂർ ഭരണത്തിൽനിന്നും ബ്രിട്ടീഷുകാരുടെ കീഴിലേക്ക് എല്ലാ
വിധ വിഭവങ്ങളോടെയും കൈമാറ്റം ചെയ്യപ്പെട്ട ഈ പ്രദേശത്തുനിന്നും
ടിപ്പുസുൽത്താൻ വസൂൽചെയ്ത മുഴുവൻ നികുതിയും പിരിച്ചെടുക്കു
വാൻ കമ്പനി ആഗ്രഹിച്ചു. കമ്പനിക്കെതിരായി ഈ സംസ്ഥാനത്തിന്റെ

14

വിവിധ ഭാഗങ്ങളിൽ ഇടയ്ക്കിടെ കർഷകർ പ്രാദേശിക ഉദ്യോഗസ്ഥർക്കു കീഴിൽ കലാപത്തിലേർപ്പെട്ടു. ചില പ്രാദേശിക രാജാക്കന്മാർ അഥവാ ജാഗീർദാർമാർ തങ്ങളുടെ രാഷ്ട്രീയ ലക്ഷ്യത്തോടെ കമ്പനിക്കെതിരായി കലാപത്തിലേർപ്പെട്ടുവെങ്കിലും അവയിൽ മിക്ക കലാപങ്ങളുടെയും സ്വഭാവം കാർഷികമെന്നു പറയാം. ചില കലാപങ്ങൾ ബ്രിട്ടീഷുകാർക്കെ തിരായവയാണെങ്കിലും സാമൂഹ്യകൊള്ളയുടെ സ്വഭാവം ഉൾക്കൊണ്ടി രുന്നു. മൺറോ തന്റെ മേലധികാരികളെ അറിയിച്ചു:

ഒരു സിവിൽ ഭരണത്തിനു അവ എത്രയും ശക്തമാണെങ്കിലും ഒരു സൈനിക നീക്കത്തിനു ലക്ഷ്യമാകത്തക്ക വിധത്തിൽ സൈന്യങ്ങളെ മറ്റു പ്രധാനമായ സേവനത്തിനാവശ്യമുള്ളപ്പോൾ അവഗണിക്കേണ്ടിയും വന്നി രിക്കുന്നു.[3]

ആദ്യകാല കലാപങ്ങൾ

ടിപ്പു സുൽത്താന്റെ പതനത്തിനുശേഷം അദ്ദേഹത്തിന്റെ വിശ്വസ്ത രായ പല ഉദ്യോഗസ്ഥന്മാരും ദൂരദേശങ്ങളിലേക്ക് ഓടിപ്പോയി. അദ്ദേഹ ത്തിന്റെ പുത്രൻ ഫത്തേഫ്ഹൈദർ വെല്ലൂർ ജയിലിൽ തടവുകാരനാക്ക പ്പെട്ടു. ഈ ഉദ്യോഗസ്ഥന്മാർ അദ്ദേഹത്തിന്റെ പേരിൽ രാജ്യത്തിന്റെ പല ഭാഗങ്ങളിലേക്കും ദൂതന്മാരെ അയക്കുകയും ടിപ്പുസുൽത്താന്റെ മുൻകാല സൈനികരെയും കമ്പനിയെ ഉപേക്ഷിച്ച മറ്റു പടയാളികളെയും എല്ലാം ഉൾപ്പെടുത്തിക്കൊണ്ടു ഒരു സൈന്യത്തെ രൂപീകരിക്കുകയും ചെയ്തു. വളരെ ജനകീയമായ ഒരു സമരം പല ഭാഗങ്ങളിലും ഏർപ്പാട് ചെയ്തു. അതിൽ ബെല്ലത്തെ കൃഷ്ണപ്പ നായ്ക്കരും വിട്ടലിൽ ഹെഗ്ഡെയും ടിപ്പു വിന്റെ സൈന്യത്തിലെ ശിരസ്തദാരായ സുബ്ബറാവുവും കുടകിലെ മഹ തബ്ഖാനും, ഷിമോഗയിലെ ദുണ്ടാജിവാഗും പ്രധാന നേതൃത്വം വഹി ച്ചിരുന്നു. വിദേശ ഭരണത്തിനു കീഴിലേക്കുള്ള രാജ്യത്തിന്റെ മാറ്റത്തെ അവർ സായുധരായ കർഷകരുടെ സഹായത്തോടെ എതിർത്തുനിന്നു[4]. ദക്ഷിണ കർണ്ണാടകത്തിൽ പ്രത്യേകിച്ചും ബേക്കൽ വിട്ടൽ താലൂക്കുകൾ ഈ കൊളോണിയൽ വിരുദ്ധ സമരങ്ങളിൽ പ്രധാനമായും ബ്രിട്ടീഷ് ഭരണാരംഭത്തിൽത്തന്നെ പങ്കെടുത്തു. ഉത്തരകർണ്ണാടകത്തിലും കർഷ കർ ഇത്തരം കലാപങ്ങളിലേർപ്പെട്ടിരുന്നു.

വിട്ടൽ രാജ അഥവാ വിട്ടൽ ഹെഡ്ഗെ കലാപകാരികളോടൊപ്പം 1800 മെയ് മാസം മഞ്ചീശ്വരക്ഷേത്രം കൊള്ളചെയ്തു. അയാളെ ശിക്ഷി ക്കാതിരിക്കുകയാണെങ്കിൽ ഈ മാതൃക അനേകം ചെറുകിടക്കാരായ ജമീ ന്ദർമാർ പിന്തുടരുവാൻ വലിയ സാധ്യത ഉണ്ടായേക്കുമെന്നും കർണ്ണാട കത്തിൽ തങ്ങളുടെ നഷ്ടപ്പെട്ട അധികാരം തക്കം കിട്ടുമ്പോൾ പിടിച്ചെടു ക്കുവാൻ അവർ ശ്രമിച്ചേക്കുമെന്നും മൺറോ ഭയപ്പെട്ടു. അയാൾക്കെതിരെ ഒരു സൈനിക നടപടി സ്വീകരിച്ചില്ലെങ്കിൽ അയാളുടെ രാജ്യത്തുനിന്നും ഒരു ചെറിയ റവന്യൂ പിരിവ് മാത്രമേ സാധ്യമാവുകയുള്ളൂവെന്നും "അവിടെ ഒരു സിവിൽ ഭരണം ഒരിക്കലും സ്ഥാപിക്കപ്പെടുകയില്ലെന്നും

മൺറോ വീണ്ടും ഭയപ്പെട്ടിരുന്നു."[5]

നികുതി കെട്ടുന്നതിനു തങ്ങളുടെ ഭൂസ്വത്തുക്കളെപ്പറ്റിയുള്ള വിവര ങ്ങൾ നല്കുവാനായി വർഗ്ഗദാർമാരെയും കർഷകരെയും നേരിട്ടു ഹാജ രാക്കുവാൻ കമ്പനി ഉദ്യോഗസ്ഥന്മാർ ആവശ്യപ്പെട്ടു. എന്നാൽ വിട്ടൽ ഹെഡ്ഗെ തന്റെ മരുമകനായ മഹാബാലിഗയോടും മുഖ്യ ബ്രാഫിൻ കൗൺസിലറോടും കൂടെ കർഷകരെ ഹാജരാക്കുന്നതിൽനിന്നും പിന്തി രിപ്പിച്ചു. അപ്രകാരം ചെയ്യാതിരുന്നതിനാൽ വധിക്കുമെന്നും ഭീഷണിപ്പെ ടുത്തി. അവരെ ശിക്ഷിക്കുകയാണെങ്കിൽ രാജ്യത്തെ മുഴുവൻ ആഭ്യന്തര ക്രമസമാധാനത്തിനും കോട്ടമുണ്ടാവുകയില്ലെന്നു കൂടി മൺറോ മനസ്സി ലാക്കി[6]. വിട്ടൽ കലാപത്തെപ്പറ്റി മൺറോ ഇപ്രകാരം റിപ്പോർട്ടു ചെയ്തു.

ഈ കലാപത്തിനു അതിന്റേതായ ഒരു ശക്തിയില്ലെങ്കിലും അവഗ ണിച്ചാൽ അതു ശക്തിപ്രാപിക്കുകയും ചെയ്യും. അതിന്റെ മുഖ്യ നേതാക്കന്മാരിലൊരാളായ സുബ്ബറാവ് ടിപ്പുവിന്റെ സേവനത്തിൽ ഒരു മുൻ ശിരസ്തദാരും ഇപ്പോൾ കിഷൻനായക്കിന്റെ പ്യൂൺമാ രുടെ തലവനും ആണ്. വിട്ടൽ ഹെഗ്ഡെ വളരെക്കാലമായി കമ്പ നിയുടെ ഒരു പെൻഷൻകാരനാണ്. പൊതുവെ വിട്ടൽ രാജാവെന്നു വിളിച്ചുവന്നു. അവർ ഗ്രാമങ്ങൾ കൊള്ളയടിക്കുന്നു. പ്രമുഖരെ പിടി കൂടുന്നു. തങ്ങളുടെ അനുയായികൾക്ക് നല്കുവാനായി അവരിൽ നിന്നും പിഴ ഈടാക്കുന്നു. എല്ലാം സ്വകാര്യമാക്കിവെക്കുവാനും അല്ലെങ്കിൽ വധിക്കപ്പെടുമെന്നും ഉറപ്പുവാങ്ങുന്നു. അവർ എല്ലാ പട്ടേൽമാർക്കും സ്വാധീനമുള്ള പ്രമുഖന്മാർക്കും ഇടയിലേക്ക് ദൂത ന്മാരെ അയക്കുകയും ഫത്തേഹ് ഹൈദർക്കുവേണ്ടി ആയുധമെ ടുക്കാൻ പ്രേരിപ്പിക്കുകയും അങ്ങനെ ചെയ്യാത്തവരുടെ ഭവനങ്ങൾ തീയിട്ടു നശിപ്പിക്കുകയുംചെയ്യുന്നു. എന്നാൽ കഴിഞ്ഞ ഗവൺമെന്റിന്റെ കീഴിലുള്ള താഴ്ന്ന ചില മാപ്പിളമാർ മാത്രമാണ് അവരോടൊപ്പം ചേർത്തിട്ടുള്ളത്. അവർക്കാകട്ടെ ജീവിക്കാൻ വേറെ വഴിയില്ലതാനും. അയാളുടെ നേരിട്ടുള്ള സ്വാധീനത്തിലുള്ള പ്രമാണിമാരായ ചിലരൊഴിച്ചു മറ്റാരുംതന്നെ അയാളുടെ കൂടെ ചേർന്നിട്ടില്ലെങ്കിലും വിട്ടലിലെ മുഴുവൻ കർഷകരെയും രാജാവ് ആയുധധാരികളാക്കിക്കാണാം.[7]

കുറുപ്പിയിലെ ആമീൽദാർ മെയ് 7 ന് ഉപ്പനങ്ങാടിയിലെ ക്ഷേത്ര ത്തിൽ ആ പ്രദേശത്തെ പട്ടേൽമാരിൽനിന്നും നികുതി പിരിക്കുവാൻ കേമ്പ് ചെയ്തപ്പോൾ കൃഷ്ണറാവ് ക്ഷേത്രം ആക്രമിക്കുകയും ക്ഷേത്രത്തിലെ ബ്രാഫിൻ പൂജാരിയെയും മൂന്നു പ്യൂൺമാരെയും വെടിവെച്ചു കൊല്ലു കയും ചെയ്തു. പട്ടേൽമാർ പരിഭ്രാന്തരായി ഓടിപ്പോവുകയും ആമീൽദാർ പുഴയിൽ ചാടി രക്ഷപ്പെടുകയും ചെയ്തു. റാവു പിന്നീട് ഒരു വാണിജ്യ കേന്ദ്രമായ ബണ്ടാളിലേക്കു പോവുകയും ബ്രിട്ടീഷു ഭരണം പിന്തുണ യ്ക്കുന്നവരുടെ സ്വത്തുക്കൾ കൊള്ള ചെയ്യുകയും ചെയ്തു. പിന്നീടയാൾ

പുത്തൂരിലേക്കു പോവുകയും ആമീൽദാരെ പുറത്താക്കി നികുതി പിരി
പ്പിക്കുകയും ചെയ്തു. കുറേ പ്യൂണുകളുടെ തലവൻ കൂടിയായ കുണ്ടൂർ
ഹെഗ്ഡെ എന്ന പട്ടേൽ അയാളെ നേരിടുകയും ചെയ്തു. കുറുപ്പിയിലെ
ആമീൽദാർ കലാപകാരികളെ അമർച്ച ചെയ്യാൻ ഹെഗ്ഡെ പട്ടേലിനെ
സഹായിച്ചു. പിന്നീടു കലാപകാരികൾ കുന്നുകളിലേക്കു പിൻവാങ്ങി.
അവിടെ വലിയൊരുകൂട്ടം കലാപകാരികൾ അവരോടൊപ്പം ചേർന്നു.
സുബ്രഹ്മണ്യ ഘാട്ടിലെ അഥവാ ബിസ്സലുഘട്ടിലെ ബ്രിട്ടീഷ് സൈനി
കരെ അവർ ഓടിച്ചുവിട്ടു. ഇത് മൈസൂരും കർണ്ണാടകവും തമ്മിലുള്ള
ബന്ധം വിച്ഛേദിക്കുകയും ചെയ്തു[8].

തെക്കൻ പ്രദേശങ്ങളിൽ ഈ കലാപങ്ങൾ കാരണം പ്രത്യക്ഷപ്പെട്ട
പ്രതിസന്ധിയെപ്പറ്റി മൺറോ ഇപ്രകാരം റിപ്പോർട്ടു ചെയ്തു.

> മംഗലാപുരം പുഴയ്ക്കു തെക്കുള്ള രാജ്യങ്ങൾ ഇപ്പോൾ മുഴുവ
> നായും കലാപകാരികളുടെ കൈവശമാണ്. അവരെ നിയമിക്കു
> ന്നത് വിട്ടലിലെ പോളിഗാറും കിഷൻനായക്കിന്റെ ഒരു അനുയാ
> യിയുമാണ്. രണ്ടു തഹസിൽദാർമാരെ മംഗലാപുരത്തേക്കു ഓടി
> രക്ഷപ്പെടുവാൻ പ്രേരിപ്പിക്കുകയും രണ്ടുപേർ ഇപ്പോൾ അവരുടെ
> വഴി തന്നെ പിന്തുടരുകയും ചെയ്തതായിട്ടുണ്ടെന്നും ഞാൻ വിശ്വ
> സിക്കുന്നു. ഒരു ലക്ഷം പഗോഡ ഈ ജില്ലകളിലെ നികുതി വരു
> ന്നു. അതിൽ 80 ശതമാനം പിരിച്ചിട്ടുണ്ട്. എന്നാൽ ബാക്കിയൊന്നും
> തന്നെ ആമീൽദാർമാരെ തങ്ങളുടെ സ്ഥാനങ്ങളിലേക്ക് മടങ്ങിപ്പോ
> കാൻ സഹായിക്കുന്ന വിധത്തിൽ ശിപായിമാരുടെ ഒരു സംഘം
> ഉണ്ടാകാത്ത പക്ഷം പിരിച്ചെടുക്കാൻ കഴിയുന്നതല്ല.[9]

കാടുകളിൽ രക്ഷതേടിക്കൊണ്ടു ഗ്രാമവാസികളിൽ ചിലരെങ്കിലും
സ്ഥലം വിട്ടിരിക്കുന്നു. ഈ സ്ഥിതിയിലും കമ്പനി, സൈന്യത്തിന്റെ
സേവനം ഉപയോഗപ്പെടുത്തി ബലാല്ക്കാരമായി നികുതി പിരിച്ചെടുത്തു.
മലബാറിലെ സെക്കൻഡ് കമ്മീഷനു വിട്ടൽ രാജാവ് രാജാവർമ്മ നര
സിംഹ സമർപ്പിച്ച ഒരു മെമ്മോറാണ്ടത്തിൽ ഈ പരാതികൾ ഇപ്രകാരം
രേഖപ്പെടുത്തി.

> കേപ്റ്റൻ മൺറോ കാസർകോട് പോയ ശേഷം ടിപ്പുവിന്റെ രാജ്യ
> ങ്ങളിലുള്ളതിനേക്കാളും വലിയ തോതിൽ നികുതിയുടെ കണക്കു
> കൾ സമർപ്പിക്കുവാൻ ജനങ്ങളെ പ്രേരിപ്പിച്ചു. നൈസാമിന്റെ രാജ്യ
> ത്തിലെ അവകാശിയുടെ കരാറുകൾ കർഷകരെ അവരുടെ സന്തോ
> ഷവും ദുഃഖവും കണക്കിലെടുക്കാത്തവിധം നികുതി കെട്ടാൻ
> നിർബ്ബന്ധിച്ചുകൊണ്ടു അടിക്കുകയും അവർ ഒന്നിച്ചു ചേർന്ന്
> സംബോധന ചെയ്യാൻ പേടിച്ചിരിക്കുന്നതും സമീപവാസി
> കൾക്കെല്ലാം അറിയാവുന്നതുമാണ്.[10]

ഇത്തരത്തിലുള്ള ഒരു ഹർജി കുമ്പളരാജാവിൽനിന്നും മലബാർ കമ്മീഷനു ലഭിക്കുകയുണ്ടായി[11]. നീലേശ്വരം രാജാവ് അഥവാ രാമവർമ്മ മഹാരാജ മൺറോവിനെ ഒരായിരം പഗോഡയിലധികം നികുതി വർദ്ധിപ്പിച്ചതിൽ പരാതി നല്കുകയും ചെയ്തു[12]. കുമ്പളയിലെ നിവാസികൾ അഥവാ "കുമ്പളയിലെ മൂവായിരങ്ങൾ" മലബാർ കമ്മീഷനു മറ്റൊരു മെമ്മോറാണ്ടം തങ്ങളുടെ പരാതികൾ കാണിച്ചു സമർപ്പിച്ചു. അവരെഴുതി:

കഴിഞ്ഞ കാലത്തെ നികുതി ബാക്കിയുടെ പിരിവുകൾക്കായി ഞങ്ങളെ കെട്ടിയിട്ടു അടിക്കുമ്പോൾ, ഞങ്ങളറിയാതെ നിർബ്ബന്ധ പ്പിരിവുകൾ നടത്തുമ്പോൾ ഞങ്ങളെങ്ങനെ പിന്തുണയ്ക്കുമെന്ന റിയുന്നില്ല. ആയതിനാൽ താങ്കൾക്കെഴുതുന്നു. മുൻകാലത്തനുവ ദിച്ച ഇളവുകൾ നല്കുവാനും ഞങ്ങളുടെ ഭാര്യമാരേയും കുട്ടിക ളെയും മടക്കിക്കൊണ്ടുവരാനും കുടകിലേക്ക് കൊണ്ടുപോയ ധാന്യങ്ങളും വിത്തുകളും മറ്റു സാധനങ്ങളും കൊണ്ടുവരുവാനും മുൻകാലത്തെന്നപോലെ ഈ നാട്ടിന്റെ രാജാവിനു തന്നെ ഭരണം നല്കുവാനും.[13]

ഇത്തരം പരാതികളും കലാപങ്ങളും നിലനില്ക്കെ കമ്പനിയുടെ നികുതിപ്പിരിവിൽ മൺറോവും ആമീൽദാർമാരും 21,19,938 സ്റ്റാർ പഗോഡ (മൂന്ന് നാലുറുപ്പികയ്ക്ക് ഒരു പഗോഡ) കലാപങ്ങൾ വലിച്ചു കീറിയ ബേക്കലിൽനിന്നു മാത്രം വസൂലാക്കുന്നതിൽ വിജയം കൈവരിച്ചു[14]. കർണ്ണാടകത്തിൽനിന്നും പിരിപ്പിച്ച മുഴുവൻ സംഖ്യയും ഇക്കാലത്തു 454643 സ്റ്റാർ പഗോഡയായിരുന്നു. (ഫസലി 1209– ജൂലൈ 1799 ജൂലായ് 1800)[15]. കലാപങ്ങളുടെ നേതാക്കളെ വധിച്ചതിനെത്തുടർന്നും അവരോട് സഹാനുഭൂതിയുള്ള കർഷകരെ ശിക്ഷിച്ചതിനെത്തുടർന്നും അവ സഹ ജമെന്നോണം കെട്ടടങ്ങി.

ബ്രിട്ടീഷു ഭരണത്തിനുകീഴിൽ ആദ്യകാലത്തും പിന്നീടും കർണ്ണാട കത്തിന്റെ വടക്കൻ ഡിവിഷനിലും ധാരാളം കലാപങ്ങൾ പൊട്ടിപ്പുറപ്പെ ട്ടിരുന്നു. ബനവാസിയിലും സുണ്ടയിലും ചെന്നഗിരിയിലെ ദുണ്ഭാജിബാഗ് 1800 കാലങ്ങളിൽ കലാപത്തിന്റെ കൊടി ഉയർത്തി. ആങ്കോളയിൽനിന്നും ബിൽഗിവരെ ജനങ്ങളുടെ ഒരു ജാഥ നയിക്കുകയും ഒരു സ്വതന്ത്ര പ്രദേ ശമായി അതിനെ പ്രഖ്യാപിക്കുകയും ചെയ്തു. എന്നാൽ 1800 സെപ്തം ബറിൽ ദുണ്ഭാജിവാഗിന്റെ മരണത്തെത്തുടർന്ന് കമ്പനിക്കെതിരായ ഈ പ്രധാനകലാപം അടിച്ചമർത്തപ്പെട്ടു.

കാർഷിക വിളവുകളുടെ വിലയിടിവിനെത്തുടർന്നും വാണിജ്യസ്തം ഭനത്തെത്തുടർന്നും കർണ്ണാടകത്തിന്റെ വടക്കൻ ഭാഗങ്ങളിൽ കലാപം തുടർന്നു. 1830–31 ലെ നാഗർകലാപം, ഹലിയാലിലെയും ധാർവാഡി ലെയും 1830 ലെ കലാപം, സിർസി, സുണ്ട എന്നിവിടങ്ങളിലെ കലാപം കർഷകരുടെ പങ്കാളിത്തം കൊണ്ടു ശക്തമായിത്തീർന്ന കലാപങ്ങളായി രുന്നു. 1857 ലെ വൻകലാപം പോലെ കമ്പനിയുടെ അധികാരം ഇല്ലാതാ

ക്കാൻ രത്നഗിരിയിൽ നാനാ, ബാബാ, ഹനുമന്ത് എന്നിവർ പ്രയത്നിച്ചു[16]. എന്നാൽ കർണ്ണാടകം പിടിച്ചെടുത്തതിനുശേഷം ഈ കലാപങ്ങളെല്ലാം തന്നെ മറ്റു ഭാഗങ്ങളിലെന്നപോലെ അടിച്ചമർത്തപ്പെട്ടു. സമ്പന്നരായ ഭൂവു ടമകളും പ്രധാനവണിക്കുകളും കമ്പനിയുടെ പക്ഷം ചേരുകയയും രാജ്യത്ത് അതിന്റെ അധികാരം നിലനിർത്താൻ സഹായിക്കുകയയും ചെയ്തു. ക്രമേണ മുഴുവൻ സംസ്ഥാനവും കൊളോണിയൽ ഭരണത്തിന്റെ കീഴിൽ സാധാരണ സ്ഥിതിയിൽ എത്തിച്ചേർന്നു. നികുതി പിരിവിൽ പല പരീ ക്ഷണങ്ങളിലും പത്തൊമ്പതാം നൂറ്റാണ്ടിന്റെ അവസാനത്തോളം ഏർപ്പെ ടാൻ ഈ പ്രദേശം കമ്പനിയെ സഹായിച്ചു.

രാഷ്ട്രീയ ഘടകങ്ങൾ ഭൂവുടമകളായിമാറുന്നു

നാടുവാഴികളിൽ അഥവാ രാഷ്ട്രീയഘടകങ്ങളിൽ ഏതാണ്ടു മുഴു വൻ പേരും പ്രാചീന കർണ്ണാടകത്തിൽ ബഹുജനങ്ങളുമായി ഏറ്റുമുട്ടി യതിനാൽ തങ്ങളുടെ അധികാരം ഒഴീവാക്കപ്പെട്ടവരായിരുന്നു. എന്നാൽ അത്തരത്തിലുള്ള മൂന്നു പൊളിഗാർമാർ അഥവാ രാജാക്കന്മാർ തെക്കൻ കർണ്ണാടകത്തിൽ പല നൂറ്റാണ്ടുകളായി ഹൈദരലിയുടെയും ടിപ്പു വിന്റെയും ആക്രമണഘട്ടത്തിൽ പോലും അവശേഷിച്ചു വന്നിരുന്നു. അവർ നീലേശ്വരം രാജയയും, കുമ്പളരാജയും വിട്ടൽ രാജയുമായിരുന്നു. വളരെ ക്കാലം അവർ തലശ്ശേരിയിലെ ഇംഗ്ലീഷ് ഫാക്ടറിയുമായി ചങ്ങാ ത്തത്തിലായിരുന്നു. മൈസൂർ ഭരണത്തിനെതിരായി അവർക്കു കമ്പനി യുടെ സഹായവും ലഭിച്ചു.[17] പരമ്പരാഗതമായ അള്ളറത്തുനാടും താഴ ക്കാട്ടുമഗണയും ഉൾപ്പെട്ട നീലേശ്വരം എന്ന ചെറിയ രാജ്യം മുൻകാലം കോലത്തിരിയുടെ അധീനത്തിലായിരുന്നു. അവരുടെ അധികാരം ചന്ദ്ര ഗിരിപ്പുഴവരെ നിലനിന്നു. പില്ക്കാലത്ത് ഈ രാജ്യം മൈസൂരിന്റെ ഒരു ആശ്രിത രാജ്യമായി മാറി. ടിപ്പു സുൽത്താന്റെ മരണത്തോടെ സ്വാതന്ത്ര്യം അവകാശപ്പെട്ടു. പ്രാദേശികാധിപത്യത്തിനുവേണ്ടിയുള്ള സമരങ്ങൾ രാജാ വിന്റെ അധികാരം ലുപ്തമാക്കി. മലബാർ വിട്ടുകൊടുക്കുന്നതിനു മുമ്പു തന്നെ ടിപ്പുസുൽത്താൻ കവ്വായിയിൽ എത്തുകയയും രാജാവിനെ കീഴിൽ നിർത്തുകയയും ചെയ്തതായി വിശ്വസിക്കപ്പെടുന്നു. എന്നാൽ അക്കാലത്തു താഴക്കാട്ട് മഗണയിലെ അധികാരം ഒരു ബ്രാഹ്മണ സ്ത്രീക്കു അനുവദി ക്കുകയയും സുൽത്താൻ ആമീൽദാരായി ഒരു കുന്നിയൂർ ഉണിച്ചിണ്ടനെ നിയമിക്കുകയയും ചെയ്തിരുന്നു[18]. സുൽത്താന്റെ പതനത്തിനുശേഷം രാജാവ് മൺറോവിനോടു ഈ മഗണയെ മടക്കി കൊടുക്കുവാൻ ആവ ശ്യപ്പെട്ടു. എന്നാൽ മഗണയെ വിട്ടുകൊടുത്ത് രാജാവിന്റെ അധികാരം കമ്പനിക്കെതിരായി കലാപം നടക്കുമ്പോൾ വിട്ടുകൊടുക്കാൻ മൺറോ തയ്യാറല്ലായിരുന്നു.

മൺറോ റിപ്പോർട്ടു ചെയ്തു:

നീലേശ്വരത്തിന്റെ പകുതിയും കടൽത്തീരത്തു കുറച്ചു വരുന്ന

ഭാഗവും താഴക്കാട്ടുമഗണയും 1798 ൽ നീലേശ്വരത്തിൽനിന്നും വിഭ ജിക്കപ്പെട്ടുകൊണ്ടു ഒരു ബ്രാഹ്മണ സ്ത്രീയുടെ കീഴിലായിരുന്നു. അവരുടെ ഭർത്താവ് നീലേശ്വരത്തെ നായന്മാരുടെ മതപരമായ നേതൃത്വം കൈയാളി. ഈ വിഭജനം രാജാവിന്റെ അധികാരം വള രെയധികം കുറയ്ക്കുകയാണ് ചെയ്തത്. അതു കാരണം ഞാൻ ബ്രാഹ്മണ സ്ത്രീയുടെ കീഴിൽത്തന്നെ അത് നിലനിർത്തുകയാണ് ചെയ്യുന്നത്[19].

തുടർന്ന് രാജാവിന്റെ അധികാരം പൂർണ്ണമായും ബ്രിട്ടീഷുകാർ ഒഴി വാക്കുകയും നികുതിയുടെ ഒരു ഭാഗം മാലിഖാനായി രാജാവിനു ഉപജീ വനമായി നല്കുകയും ചെയ്തു[20]. ഒരു വലിയ എസ്റ്റേറ്റിനു അവകാശം ഉയർത്തിയ നിലയിൽ രാജാവ് മറ്റു പല ഭൂവുടമകളെയും പോലെ ഒരു വലിയ ഭൂവുടമയായി നിലനിന്നു.

തുളു-മലയാള പ്രദേശമായ ബേക്കൽ താലൂക്കിലെ 64 ഗ്രാമങ്ങളുടെ ആധിപത്യമാണ് കുമ്പള രാജാവായ രാമന്തരസുവിനു ഉണ്ടായിരുന്നത്. ഈ കൊട്ടാരം മലയാളി- കർണ്ണാടക സംസ്കാരത്തിന്റെ ഒരു കേന്ദ്രമാ യിരുന്നു. പതിനേഴാം നൂറ്റാണ്ടിൽ ഇതു മഞ്ചീശ്വരം, കുമ്പള, പെരഡാല, അങ്ങാടി മൊഗാറു, കാസർഗോഡ്, മൊഗ്രാൽ, വാഞ്ചീറു എന്നിവയായി രുന്നു. കുമ്പള ധാരാളം സമുദ്ര വാണിജ്യം നടന്നിരുന്ന ഈ രാജ്യത്തെ ഒരു തുറമുഖമായിരുന്നു. കർണ്ണാടകയിലെ രാഷ്ട്രീയകാര്യങ്ങൾ നിശ്ചയി ക്കപ്പെട്ടപ്പോൾ രാജാവിന്റെ അധികാരം നിലനിർത്തുവാനുള്ള ആവശ്യം കമ്പനി അനുവദിച്ചില്ല. രാജാവിന്റെ കുടുംബത്തിനെ ഭൂമി കൈവശമുള്ള ഒരു വർഗ്ഗദാർ മാത്രമായി മാലിഖാനയോടുകൂടെ നിലനിർത്തുകയാണ് ചെയ്തത്.

വിട്ടൽ രാജാവും ഇതേവിധത്തിലുള്ള ഒരു നടപടിയിലൂടെ കടന്നു പോയി. കമ്പനിയിൽനിന്നും മാലിഖാന ലഭിച്ച ഒരു വർഗ്ഗദാർ അഥവാ ഭൂവുടമാ കുടുംബമായി അത് നിലനിർത്തപ്പെട്ടു. തങ്ങളുടെ പൂർവ്വികമായ അവകാശങ്ങൾ സംരക്ഷിക്കണമെന്ന ഈ രാജാക്കന്മാരുടെ ആവശ്യം കമ്പനി നിഷേധിക്കുകയും ഈ രാഷ്ട്രീയ ഘടകങ്ങളെ (പൊളിറ്റിക്കൽ സെക്ടർ) ഒരു കൊളോണിയൽ ഭരണപദ്ധതിയിൽ ഉൾപ്പെടുത്തുകയും ചെയ്തു. തങ്ങളുടെ സ്വന്തം നാട്ടിൽ ഇവിടത്തെ നിവാസികൾ ഇന്ത്യ യിൽ മറ്റുപലേടത്തുമെന്നപോലെ ഒരു വിദേശ ഗവൺമെന്റിന്റെ ഭരണ ത്തിനു വേണ്ടി ഉല്പാദനമിച്ചം ഉണ്ടാക്കുന്ന കൊളോണിയൽ പ്രജകൾ മാത്രമായി രൂപാന്തരപ്പെട്ടു.

റവന്യൂ വ്യവസ്ഥയും പരീക്ഷണങ്ങളും

കോർട്ട് ഓഫ് ഡയറക്ടറേറ്റ് ആവശ്യപ്പെട്ടതുപോലെയും ബംഗാളിൽ 1793 ൽ നടപ്പിലാക്കിയതുപോലെയും കമ്പനി ഇന്ത്യയിൽ ഒരു സ്ഥിര നികുതി വ്യവസ്ഥയാണ് ഏർപ്പെടുത്തിയത്. വലിയ എസ്റ്റേറ്റുകളെയും ഗ്രാമ

ങ്ങളെയും ഉൾപ്പെടുത്തി ജമീന്ദാർമാരുമായി സ്ഥിരവും പരമ്പരാഗതവു
മായ ഒരു നികുതി വ്യവസ്ഥയായിരുന്നു. ജമീന്ദാർമാരെ ഭൂവുടമകളാക്കി
ക്കൊണ്ടും അവരെ നികുതി പിരിവുകാരുടെ വർഗ്ഗമാക്കി മാറ്റിക്കൊണ്ടു
മുള്ള ഒരു വ്യവസ്ഥയാണിത്[21]. ഇതേ മാതൃക അടിസ്ഥാനമാക്കി 1802
ജൂലൈ 13 ന് സ്ഥിരനികുതി നിയമങ്ങൾ. (റഗുലേഷൻ XXV, 1802) ഫോർട്ട്
സെന്റ് ജോർജിന്റെ കീഴിലുള്ള ബ്രിട്ടീഷുഭരണ പ്രദേശങ്ങളിൽ നടപ്പി
ലാക്കി[22]. എങ്കിലും കർണ്ണാടകത്തിലെ ബ്രിട്ടീഷുദ്യോഗസ്ഥന്മാർ ഇവി
ടുത്തെ പരമ്പരാഗത നികുതി പിരിവു സമ്പ്രദായം ഈ ജില്ലയിലും മറ്റു
ജില്ലകളിലും തുടർന്നു വന്നു. ഇതാകട്ടെ 1802 ലെ റഗുലേഷന്റെ വകുപ്പു
കളിൽനിന്നും വ്യത്യസ്തമായിരുന്നു. കേണൽ റീഡ് സേലം, ബാരമഹൽ
എന്നീ ജില്ലകളിലെ കാര്യങ്ങൾ താല്ക്കാലികമായെങ്കിലും കൃഷി നട
ത്തുന്ന കർഷകരുമായി വ്യവസ്ഥപ്പെടുത്തുന്നതാണ് യുക്തി എന്നു വിശ്വ
സിച്ചു. ഇതാകട്ടെ പരിതഃസ്ഥിതികളുടെ സമ്മർദ്ദം വഴിയായിരുന്നു. ഈ
വ്യവസ്ഥയെ റയറ്റ്‌വാർ അഥവാ കുൽവാൽ എന്നു വിളിച്ചുവന്നു. അത്
ഓരോ ഭൂമിയും അളന്നുകൊണ്ടും മണ്ണിന്റെ ഉല്പാദനക്ഷമത കണക്കി
ലെടുത്തും ആയിരുന്നു.[23]

ബ്രിട്ടീഷുകാർ കർണ്ണാടകം ഏറ്റെടുത്തതിനുശേഷം അവിടുത്തെ
കാര്യങ്ങൾ വ്യവസ്ഥചെയ്യുവാൻ മുൻ പ്രസ്താവിച്ചപോലെ തോമസ്
മൺറോവിനെ നിയമിച്ചു. മൺറോ അവിടുത്തെ റവന്യൂ കാര്യങ്ങൾ സംബ
ന്ധിച്ച് 1800 മെയ് 31 ന് റവന്യൂ ബോർഡിനു സമഗ്രമായ ഒരു റിപ്പോർട്ട്
സമർപ്പിച്ചു[24]. മൈസൂർ അധികാരികൾ അവിടെ നടത്തിയ നികുതി നിശ്ച
യത്തിന്റെ അപര്യാപ്തതകൾ മൺറോ മനസ്സിലാക്കിയിരുന്നെങ്കിലും ബ്രിട്ടീ
ഷുകാർ നടത്തിയ ആദ്യത്തെ നിശ്ചയത്തിൽ ആ വ്യവസ്ഥകൾ തന്നെ
സ്വീകരിക്കുകയാണ് ചെയ്തത്. മൈസൂർ ഗവൺമെന്റ് നടപ്പിലാക്കിയ
മുഴുവൻ ജമയും പിരിച്ചെടുക്കുകയെന്നതായിരുന്നു കമ്പനിയുടെയും
ലക്ഷ്യം. മൈസൂർ ഭരണകാലത്തെ മുഴുവൻ നികുതിയും വ്യവസ്ഥപ്പെടു
ത്തിയ നില നികുതിയും അഥവാ കപ്പവും, പുറം ചുമത്തപ്പെട്ട ഷാമീലും
യുദ്ധംകാരണം തകർക്കപ്പെട്ട പ്രദേശങ്ങളിൽനിന്നുപോലും മൺറോ പിരി
ച്ചെടുത്തു[25]. ഈ പ്രാഥമിക വ്യവസ്ഥ 1209 ഫസലിയിൽ (1800 എ ഡി)
കർണ്ണാടകത്തിൽ നടപ്പിലാക്കിയത് മാറ്റമൊന്നുമില്ലാതെ പിന്നീടും
തുടർന്നുവന്നു.

നികുതി സംബന്ധിച്ചു വർഗ്ഗദാർമാർ അഥവാ ഭൂവുടമകൾ അല്ലെ
ങ്കിൽ കർഷകർ എന്നിവരുമായി വ്യവസ്ഥ ചെയ്യുന്നതിനു മുമ്പ് കർണ്ണാട
കത്തിലെ നികുതി വ്യവസ്ഥ മൺറോ വിശദമായി പരിശോധിച്ചു. അദ്ദേഹം
ഹരിഹരാവു 1334 ലും 1347 ലും ബീജവരി എന്നു പറയപ്പെടുന്ന ഒരു
നികുതി വ്യവസ്ഥയുടെ അടിത്തറയാണ് നെല്പാടങ്ങളെ സംബന്ധിച്ചു
നടപ്പിലാക്കിയത്. അത് 3200 കയുടെ തൂക്കം വരുന്ന ഒരു കട്ടി വിത്തെ
ങ്കിൽ അതു പന്ത്രണ്ടിരട്ടി നെല്ല് $2\frac{1}{2}$ കട്ടി വിത്തും 30 കട്ടി ധാന്യവും
ഉല്പാദിപ്പിച്ചു. ഇതിൽ 7 1/2 കട്ടി ജമി അഥവാ ഭൂവുടമയ്ക്കും 15 കട്ടി

കൃഷിക്കാരനും, 7 1/2 കട്ടി സർക്കാരിലേക്കും അവകാശപ്പെട്ടു. സർക്കാർ വിഹിതമായ 7 1/2 കട്ടിയിൽ അഥവാ മൊത്തം ഉല്പാദനത്തിന്റെ 21/2 കട്ടി ക്ഷേത്രങ്ങൾക്കും ബ്രഹ്മസ്വങ്ങൾക്കും അവകാശപ്പെട്ടു. പ്രാചീന ശാസ്ത്രങ്ങൾക്കനുസരിച്ചു സർക്കാർ വിഹിതം മൊത്തം ഉല്പാദനത്തിൽ ആറിലൊന്നു വന്നു. ഹൈദരാലിയും ടിപ്പുസുൽത്താനും നടപ്പിലാക്കിയ വ്യവസ്ഥയും മൺറോ പരിശോധിച്ചു. കൂടാതെ തരിശുഭൂമി കൃഷിയിലേക്കു കൊണ്ടുവരിക ചെലവു കൂടിയ ഒന്നായിരുന്നു. "അതിന്റെ നികുതി ലഘൂ കരിച്ചില്ലെങ്കിൽ അവ കൃഷിയിലേക്കു കൊണ്ടുവരിക വിഷമമായിരുന്നു." അതിനായി ഹൈദരാലി ടിപ്പുസുൽത്താൻ രീതിയിൽ തരിശു കൃഷിക്കുള്ള അമിത നികുതിയെ മൺറോ വിമർശിച്ചു. "ഇത്തരത്തിലുള്ള ഒരു രീതി കർണ്ണാടകത്തിൽ പ്രാചീന കാലത്തു നിലനിന്നിരുന്നുവെങ്കിൽ അത് ഒരു മരുഭൂമിയായിപ്പോയിരിക്കും." എന്നും വിമർശിച്ചു.[27]

കേണൽ റീഡിനെ പിന്തുടർന്നുകൊണ്ടു തന്റെ വ്യവസ്ഥയും "സുനി ശ്ചിതവും" "സ്ഥിരവും" ആയിരിക്കുമെന്ന് മൺറോ പ്രഖ്യാപിച്ചു. "അതാ യിരിക്കും വ്യവസ്ഥയുടെ പ്രത്യേകതയെന്നും" ഭൂവുടമകളുമായി സ്റ്റെയിറ്റ് നേരിട്ട് ബന്ധപ്പെടുന്നതാണെന്നും ജമീന്ദാർമാരുടെ അഥവാ അവരുടെ ഏജന്റുമാരുടെ ഇടപെടലില്ലാതെ നേരിട്ടു കമ്പനി ഉദ്യോഗസ്ഥന്മാർ വഴി നികുതി പിരിപ്പിക്കുന്നതാണെന്നും കർഷകരായ ഭൂവുടമകളെ സൃഷ്ടിക്കു കയാണ് അതിന്റെ ലക്ഷ്യമെന്നും." അധികൃതർ പ്രഖ്യാപിച്ചു.[28]

എന്നാൽ "കർഷകരായ ഭൂവുടമകൾ" (പെസന്റ് പ്രൊപ്പ്രൈറ്റേഴ്സ്) എന്ന ആശയം ലക്ഷ്യം വെച്ചപ്പോഴും മൂലവർഗ്ഗദാർമാർ വലിയ വിസ്തീർണ്ണമുള്ള ഭൂവുടമകളായി തുടർന്നുവന്നു. കമ്പനിയുടെ ആദർശ ത്തിലുള്ള കർഷകർ കോടോത്ത് തറവാടുപോലുള്ള വൻജന്മിമാരും ശ്രീ അനന്തേശ്വരക്ഷേത്രം പോലുള്ള മതസ്ഥാപനങ്ങളും നീലേശ്വരം രാജ പോലുള്ള പ്രമുഖരുമായിരുന്നു. പില്ക്കാലത്ത് ഈ വ്യവസ്ഥയെ റവന്യൂ ബോർഡ് പ്രകാരം വിമർശിച്ചു.

നിർഭാഗ്യവശാൽ ഗവൺമെന്റ് വിഹിതം വളരെ ഉയർന്ന തോതിൽ നിശ്ചയിക്കപ്പെട്ടതിനാലും അതിന്റെ സമ്മർദ്ദം കാരണവും ഉല്പാ ദനത്തിന്റെ വിലയിൽ വന്ന തകർച്ച കാരണവും, നികുതി വ്യവ സ്ഥയുടെ രീതി ശരിയായ വിധം നടപ്പിലാക്കാത്ത നിലയിലും കർഷകരുമായി വളരെയധികം ഇടപെടുന്നതിനു ഇടവരുത്തുക യാലും അവയെല്ലാം ആവശ്യമായ പരിണതഫലങ്ങൾക്കുമപ്പുറ മാണ് ഈ വ്യവസ്ഥയെ എത്തിച്ചത്.[29]

മലബാറിലെ ഒരു ഭൂവുടമയിൽനിന്നും വളരെ വ്യത്യസ്തമായ സ്വഭാ വമായിരുന്നു കർണ്ണാടകത്തിലെ ഒരു ഭൂവുടമയ്ക്കുണ്ടായിരുന്നത്. എല്ലാ പ്രായോഗിക കാര്യങ്ങൾക്കും മലബാറിലെ വ്യവസ്ഥയും റയറ്റുവാരിയെ നാണ് ഭരണാധികാരികളും നിയമജ്ഞരും ബ്രിട്ടീഷു ഭരണകാലത്തും ശേഷവും വിശേഷിപ്പിച്ചത്. മലബാറിലെ ഒരു ഭൂവുടമ അഥവാ ജന്മനാ

പരമ്പരാഗതമായ അവകാശം ഉന്നയിക്കുകയും പൂർണ്ണമായ ഉടമസ്ഥത അനുഭവിക്കുകയും ചെയ്തു. കൊളോണിയൽ ഗവൺമെന്റ് ജന്മിയുടെ പട്ടയത്തിലെ തരിശുഭൂമി, വനം എന്നിവയ്ക്കു നികുതി ചുമത്തിയിരുന്നില്ല. എന്നാൽ കാസർഗോട്ടെ ഒരു വർഗ്ഗദാർക്കു അഥവാ ജന്മിക്കു വളരെ പരിമിതമായ അവസ്ഥയാണുണ്ടായിരുന്നത്. അയാളുടെ ഭൂമിയെ "സർക്കാർ" എന്നു വർഗ്ഗീകരിക്കപ്പെട്ടു. കല്ലും മറ്റും വെട്ടിയെടുക്കാൻ ഗവൺമെന്റിന്റെ അനുവാദം ആവശ്യമായിരുന്നു. മലബാറിലെ ഒരേതരം ഭൂമിയിൽനിന്നും വ്യത്യസ്തമായ ഉയർന്ന തോതിലാണ് അയാൾ നികുതി കൊടുത്തു വന്നത്. തരിശുഭൂമിക്കും വനത്തിനും അയാൾ നികുതി കൊടുത്തുവന്നു.

മൺറോ 1800 നവംബർ 19 ന് അയച്ച വിശദമായ എഴുത്തിൽ ഭൂനികുതിയിൽ 2 1/2 ശതമാനം കിഴിവ് 1800 എ ഡി (1209 ഫസയിയിൽ) കർണ്ണാടകത്തിൽ അനുവദിക്കേണ്ടതാണെന്നു ശുപാർശ ചെയ്തു. ആഭ്യന്തരവും ബാഹ്യവുമായ ചുങ്കത്തിലും മൺറോ ചില ഇളവുകൾ ശുപാർശ ചെയ്തു. ഇതാകട്ടെ ചരക്കുകളുടെ സ്വതന്ത്രമായ യാത്ര പ്രേരിപ്പിക്കുവാനായിരുന്നു. നികുതി ചുമത്തുന്നതിനെപ്പറ്റി മൺറോവിന്റെ വഴികാട്ടി. "പിരിച്ചെടുക്കുന്നതുപോലെ മറ്റൊന്നില്ല"ന്നാണ്. അദ്ദേഹം വിശ്വസിച്ചതാകട്ടെ "ഇന്ത്യയിൽ ആഡംബരവസ്തുക്കളുടെയും അല്ലെങ്കിൽ ആവശ്യവസ്തുക്കളുടെയും ഉപയോഗം വേണ്ടത്ര നികുതി നല്കുമെന്നു ധരിക്കാവുന്ന തല്ല" എന്നായിരുന്നു[30]. അതുകൊണ്ടായിരുന്നു മൈസൂർ നികുതി തന്നെ യായിരിക്കണം കമ്പനിയുടെയും നികുതി ചുമത്തലിന്റെ അടിസ്ഥാനം എന്നു അദ്ദേഹം നിർബ്ബന്ധിച്ചത്. റയറ്റുവാരിയെപ്പറ്റിയുള്ള അദ്ദേഹത്തിന്റെ സിദ്ധാന്തം ഇപ്രകാരമായിരുന്നു.

ഇന്ത്യയിലെ എല്ലാ റവന്യൂ സമ്പ്രദായവും അവസാനം സ്വതന്ത്ര മായി ഭൂമി കൈവശം വെക്കുന്ന വ്യക്തിയുമായിട്ടാണെന്നു വിശ്വ സിക്കുന്നു. പരമാധികാരമുള്ള ഒരു ഭൂവുടമയുടെ ഇടപെടൽ ഇല്ലാ തെയാണിത്. ഓരോരുത്തരെയും തങ്ങളുടെ നികുതിക്കു ഉത്തര വാദിയാക്കുന്നതിലും ഒരു ഗ്രാമത്തിലെ മുഴുവൻ എസ്റ്റേറ്റിനെയും അല്ലെങ്കിൽ ജില്ലയെയും നികുതി ബാക്കിക്ക് അതിന്റെ രണ്ടാം ഉത്തര വാദിയാക്കുന്നതും പതിവ് തന്നെയാണ്[31].

പ്രായോഗികവാദികൾ അഥവാ യൂട്ടിലിറ്റേറിയൻസ് ആഗ്രഹിച്ചതു പോലെ ഇന്ത്യയിൽ കാർഷികരംഗത്ത് ഒരു മാതൃകാ കർഷകൻ എന്താ യിരിക്കുമെന്നുള്ള ആദർശം അദ്ദേഹത്തിന്റെ പിന്നീടുള്ള സേവന കാലത്തും അദ്ദേഹം പിന്തുടർന്നു. 1807 ൽ അദ്ദേഹം എഴുതി:

ഇന്ത്യയിലെ ഒരു കർഷകൻ അയാളിൽ സ്വയം ഒരു തൊഴിലാളിയും കർഷകനും ഭൂവുടമയുമായി കൂടിച്ചേർന്നിരിക്കുന്നു. തൊഴിലാളി യുടെ കൂലി അയാൾക്ക് ലഭിക്കുന്നു. കർഷകന്റെ ലാഭം അയാ ളുടെ കന്നുകാലികളിലൂടെ അയാൾക്ക് ലഭിക്കുന്നു. ഒന്നുമുതൽ

20 ശതമാനം വരെയുള്ള ഉല്പാദനവിഹിതം പാട്ടമായി ലാഭിക്കു ന്നു. എന്നാലിത് ശരാശരി അഞ്ചോ ആറോ ശതമാനം മാത്രമാണ്. ഈ ലാഭം വളരെ തുച്ഛമായതിനാൽ അയാൾക്കു തന്റെ ഭൂമി മറ്റാ രാൾക്കു പാട്ടത്തിനു നല്കുവാനും വയ്യ. ആ പാട്ടം അയാളുടെ നിലനില്പിനു സഹായകവുമല്ല. കൂടാതെ ഒരു കർഷകനും അയാൾക്കു ഈ പാട്ടം നല്കുന്നതുമല്ല.[32]

ഇത്തരത്തിലുള്ള അവകാശ വാദങ്ങൾ മൺറോ റയറ്റുവാരിക്കു വേണ്ടി ഉയർത്തിയപ്പോഴും ഭൂമി ചെറു കൃഷിക്കാർക്കും മറ്റുള്ളവർക്കും കൈമാറ്റം ചെയ്യപ്പെട്ടുകൊണ്ടിരുന്നു. അതാകട്ടെ കാർഷിക സമൂഹത്തിൽ നാശകരമായ വിധം കൃഷി ചെയ്യുന്നവന്റെ അദ്ധ്വാനമിച്ചം പാട്ടമായി പിഴി ഞ്ഞെടുക്കുന്ന രീതിക്കു കാരണമാവുകയും ചെയ്തു. ഹൗസ് ഓഫ് കോമൺസിന്റെ ഒരന്വേഷണസമിതിയുടെ മുമ്പാകെ മൺറോ 1812 ഏപ്രിൽ 15 നു നല്കിയ മൊഴിയിൽ വ്യക്തമാക്കി.

റയറ്റുവാരിയുടെ തത്ത്വം രാജ്യത്തെ മുഴുവൻ ഭൂമിയിലും ഒരു നികുതി കെട്ടുകയെന്നതാണ്. ഇതു സ്ഥിരമായ ഒന്നാണ്. ഓരോ കർഷകനും അതുപോലെ കൃഷി ചെയ്യുന്ന ഭൂവുടമസ്ഥനും തന്റെ കൈവശമുള്ള ഭൂമിയുടെ അഥവാ കൈവശം അനുവദിക്കപ്പെട്ട ഭൂമി യുടെ നികുതി അയാൾ ആഗ്രഹിക്കുന്ന കാലം നല്കുവാൻ ബാദ്ധ്യ സ്ഥനാണ്. അത് മറ്റൊരു കൂടുതൽ നികുതിയും കെട്ടാത്ത വിധ ത്തിലുമാണ്. അയാൾ കൂടുതൽ തരിശുഭൂമിയോ മറ്റു ഭൂമിയോ കൈവശപ്പെടുത്തുമ്പോൾ ആ ഭൂമിക്കു കെട്ടിയ നികുതിയും നല്കു ന്നു. അതിൽ കൂടുതൽ ഒന്നുമില്ല. അയാളുടെ നികുതിക്കു മാറ്റം വരുന്നില്ല.[33]

ജമീന്ദാരി വ്യവസ്ഥയിൽ നികുതി പിരിക്കുകയെന്നത് ജമീന്ദാരിയു ടെയും അയാളുടെ ശമ്പളക്കാരായ ഉദ്യോഗസ്ഥരുടെയും ഉത്തരവാദിത്വ മായിരുന്നു. റയറ്റുവാരിയിൽ ഈ ഉത്തരവാദം പരമ്പരാഗതമായ ഗ്രാമ ത്തിന്റെ ഉദ്യോഗസ്ഥരെ ചെറിയ ഒരു ശമ്പളത്തിനു, പക്ഷേ, മാസംതോറും കൃത്യമായി ഗവൺമെന്റ് നല്കുന്ന ഒരു ശമ്പളത്തിനു നിയമിച്ചു വന്നു. ഗ്രാമ ഉദ്യോഗസ്ഥർ പട്ടേൽ ശ്യാൻഭോഗ് അഥവാ കർണ്ണം, ഉഗ്രാണി, തല യാരി തുടങ്ങിയവർ കമ്പനി ഭരണത്തിനു മുമ്പുതന്നെ നിലനിന്നിരുന്നു. അവർ പരമ്പരാഗതമായ ഗ്രാമ ഭരണത്തിന്റെ (വില്ലേജ് കമ്യൂണിറ്റിയുടെ) കണ്ണികളായിരുന്നു. അവർ ഗ്രാമത്തിൽ വലിയ ആദരവ്, ബഹുമതി ഉണ്ടാ ക്കുകയും അനുഭവിക്കുകയും ചെയ്തു. മൈസൂരിന്റെ ഭരണത്തിൽപ്പോലും ആമീൽ, അസഫ്സ് എന്നിവർ പരമ്പരാഗത ഗ്രാമോദ്യോഗസ്ഥരുടെ മീതെ യാണ് റവന്യൂഭരണത്തിനാശ്രയിച്ചത്. കൂടാതെ ഗ്രാമം ഭരണത്തിന്റെ ഭൂപ്ര ദേശമായ ഒരു യൂണിറ്റ് അഥവാ ഘടകം ആയിരുന്നു ജില്ലാ കളക്ടർ 1815 ൽ വിശദമായ ഒരു റിപ്പോർട്ട് റവന്യൂ ബോർഡിന് ഇക്കാര്യത്തിൽ അയ

ച്ചിരുന്നു. അവരുടെ റിക്രൂട്ട്മെന്റ്, പ്രവർത്തനം, ശമ്പളം എല്ലാം അതിൽ ഉൾപ്പെടുത്തിയിരുന്നു.[34]

കമ്പനിയുടെ ഭരണത്തിൽ ഒരു കൂട്ടം ഗ്രാമങ്ങൾ ഒരു പട്ടേലിന്റെയും ശ്യാനഭോഗിന്റെയും കീഴിൽ ഗ്രൂപ്പടിസ്ഥാനമാക്കി യോജിപ്പിച്ചു. ഇത് പിരി ച്ചെടുക്കുന്നതിന്റെ ചെലവു കുറയ്ക്കുവാൻ മാത്രമല്ല, കാർഷിക സമൂഹ ത്തിന്റെ മീതെ പരമ്പരാഗതമായി ഫ്യൂഡൽ ഘടകങ്ങൾക്കുള്ള സ്വാധീനം കുറച്ചെടുക്കുവാനും കൂടി വേണ്ടിയായിരുന്നു. വില്ലേജ് സ്റ്റാഫിന്റെ നിയ മനം പരമ്പരാഗതമായിരുന്നുവെങ്കിലും ബ്രിട്ടീഷുഭരണത്തിന്റെ ആരംഭ ത്തിൽ അവർ അതിനു ചില മാറ്റങ്ങളുണ്ടാക്കി. ഓരോ എസ്റ്റേറ്റിന്റെയും പിരിവുകൾ സംബന്ധിച്ച ഉത്തരവാദം നിർവ്വഹിക്കാൻ പരാജയപ്പെട്ടവരെ കമ്പനി പിരിച്ചുവിട്ടു. അധികൃതർക്കാവശ്യമായ പല കാര്യങ്ങളും നിർവ്വ ഹിക്കുവാൻ കഴിയാത്തതിനാൽ അവരിൽ പലരും തങ്ങളുടെ സനദുകൾ മടക്കി നല്കി. എന്നാൽ പത്തൊമ്പതാം നൂറ്റാണ്ടിന്റെ അവസാനത്തിൽ ഗ്രാമ ഉദ്യോഗസ്ഥരെ പ്രധാനമായും സമ്പന്ന കാർഷിക കുടുംബങ്ങളിൽ നിന്നാണ് നിയമിച്ചത്.

തങ്ങളുടെ ഗ്രാമത്തിൽ പട്ടേലിന്റെയോ ശ്യാനഭോഗിന്റെയോ പ്രവൃ ത്തിക്കുവേണ്ടി പരിശ്രമിച്ചവർ കൊളോണിയൽ കാലഘട്ടത്തിൽ പൂർണ്ണ മായും സമ്പന്ന കർഷക കുടുംബങ്ങളായിരുന്നു. ഇത്തരം നിയമന ങ്ങൾകൊണ്ടു അവർക്കു നേരിട്ടു അധികൃതരുമായി ബന്ധപ്പെടുവാൻ കഴിഞ്ഞു. അതിനാൽ ഭൂമി സംബന്ധിച്ച തങ്ങളുടെ താല്പര്യങ്ങൾ നില നിർത്തുവാനും സാധ്യമായി. നിരക്ഷരരായ കർഷകരുടെ സാമ്പത്തിക താല്പര്യങ്ങളെ അടിച്ചമർത്തുവാനും അവരിൽ പലർക്കും കഴിഞ്ഞുവെ ന്നതു മറ്റൊരു യാഥാർത്ഥ്യമാണ്. കർണ്ണാടകത്തിന്റെ പ്രിൻസിപ്പാൾ കള ക്ടർ ജെ ബാബിങ്ടൺ 1826 ൽ എഴുതിയത് ശ്യാനഭോഗന്മാർ യാതൊരു തത്ത്വദീക്ഷയുമില്ലാത്ത ഒരു കൂട്ടം ആൾക്കാരാണെന്നായിരുന്നു[36]. ഭൂവുട മകളായ മറ്റു കുടുംബങ്ങളുമായുള്ള മത്സരത്തിൽ പട്ടേൽ നിയമനം ഓരോ സമ്പന്ന കുടുംബവും പിടിച്ചെടുക്കുവാൻ ശ്രമിച്ചു. അതു ഭൂസ്വത്തുക്കളു ടെയും കുടിയായ്മയുടെയും കുമാരികളുടെയും മറ്റും അവകാശങ്ങൾ പിടിച്ചെടുക്കുവാൻ സഹായകമായ ഒരു പദവിയായിരുന്നു. പത്തൊമ്പതാം നൂറ്റാണ്ടിൽ ഈ ഓഫീസ് പദവി ഒരു ക്ഷേത്രം അല്ലെങ്കിൽ ആന തുട ങ്ങിയവയുടെ ഉടമസ്ഥതയ്ക്കു തുല്യമായ ഒന്നായി പരിഗണിക്കപ്പെട്ടു.

ശ്യാനഭോഗന്മാരിൽ മിക്കവരും വടക്കൻ കർണ്ണാടകത്തിലെ ഗൗഡ സാരസ്വതകുടുംബത്തിൽനിന്നും കുടിയേറ്റം നടത്തിയവരായിരുന്നു. പട്ടേൽമാർ പ്രധാനമായും പ്രാദേശികമായ ഉയർന്ന സമ്പന്ന ജാതിക്കാ രിൽനിന്നും വന്നവരായിരുന്നു. ഈ ഓഫീസിന്റെ ഫ്യൂഡൽ സ്വഭാവം നില നിർത്തുന്നതിൽ ബ്രിട്ടീഷുകാർ ജാഗരൂകരായിരുന്നു. താഴെക്കിടയിൽ ഇത്തരം ഒരു ബ്യൂറോക്രസി സൃഷ്ടിക്കുന്നത് കമ്പനിക്കു ലാഭകരമായി രുന്നു. അതു രാജിന്റെ താല്പര്യങ്ങൾ സംരക്ഷിച്ചു. ആയതിനാൽ പട്ടേൽമാർക്കു മുൻസിഫ്മാരുടെയും മജിസ്ട്രേറ്റിന്റെയും അധികാരം ഒരു

ചുരുങ്ങിയ പരിധിയിലെങ്കിലും അനുവദിച്ചു. താത്ത്വികമായി നിയമ സംര
ക്ഷണവും മജിസ്ട്രേറ്റിന്റെ അധികാരവും ഗ്രാമതലത്തിൽ ഒരേ ഓഫീ
സിൽ കൂട്ടിച്ചേർത്തു. ഇരുപതാം നൂറ്റാണ്ടിലും ഈ പതിവ് തുടർന്നു. പതി
വുപോലെ ഈ അധികാരകൂട്ടായ്മ അഴിമതി, സ്വജനപക്ഷപാതം തുട
ങ്ങിയവയ്ക്കു ഗ്രാമതലത്തിൽ ഭരണത്തെ അധഃപതിപ്പിക്കുവാൻ കഴിഞ്ഞു.

കർണ്ണാടകത്തിലെ മുഴുവൻ റവന്യൂ വ്യവസ്ഥയും മാറിക്കൊണ്ടിരി
ക്കുന്ന പിരിവിനു വിധേയമായിക്കൊണ്ടിരുന്നു. ഒരേതരം ഭൂമിയുടെ നികുതി
ചുമത്തലിൽപോലും ഭൂവുടമകളുടെ സ്വഭാവത്തിനനുസരിച്ചു ഏറ്റക്കുറ
ച്ചിലുകൾ സംഭവിച്ചു. ചിലരെ കഠിനമായും ചിലരെ എളിയതോതിലും
നികുതി ചുമത്തിവന്നു. അധികം നികുതി ചുമത്തപ്പെട്ട ചില ഭൂമിക്ക് അവ
യുടെ നികുതി അധികമായതിനാൽ യഥാർത്ഥ വില അഥവാ പാട്ടം ലഭി
ച്ചിരുന്നില്ല. വ്യത്യസ്ത പട്ടയങ്ങളിലെ നികുതി തുല്യമാക്കുവാനുള്ള ഉദ്യോ
ഗസ്ഥന്മാരുടെ പ്രവർത്തനം ഭൂമിയുടെ സർവ്വേ നടക്കാത്തതിനാൽ പരാ
ജയപ്പെട്ടു. കൂടാതെ സമ്പന്നരും സ്വാധീനമുള്ളവരും ഈ തുല്യതയില്ലാ
യ്മ തുടർന്നുപോകേണ്ടതിനു പ്രവർത്തിക്കുകയും ചെയ്തു. ചില തരിശു
പട്ടയങ്ങൾ നികുതിയടയ്ക്കാത്ത കാരണം തരിശുഭൂമിയായി സ്ഥിതി
ചെയ്തു. റവന്യൂ സമ്പ്രദായം പ്രധാനമായും പരമ്പരാഗത ബീജവരി ആയി
തുടർന്നുവെങ്കിലും ചില ഭൂമിയിൽ ചുമത്തിയ ഉല്പാദനം ലഭിച്ചിരുന്നില്ല.
ഇത്തരത്തിലുള്ള സങ്കീർണ്ണതകളും പരിഭ്രാന്തികളും കർഷകനെ പരീക്ഷീ
ണിതനാക്കി. സ്വന്തം താല്പര്യങ്ങൾ കാരണം ഗ്രാമത്തിന്റെ കണക്കുകൾ
സൂക്ഷിച്ചിരുന്ന ബ്രാഹ്മണരായ ശ്യാനഭോഗന്മാർ ഇത്തരത്തിലുള്ള പരി
ഭ്രാന്തികളെ കൂടുതൽ ശക്തമാക്കി. അഴിമതിയെ അവർ ജനകീയമാക്കി.
ഭൂമിശാസ്ത്രപരമായും കാലാവസ്ഥയനുസരിച്ചുള്ള സ്ഥിതിഗതികൾ
റവന്യൂ കാര്യങ്ങളെ കൂടുതൽ ദയനീയമാക്കി മാറ്റി. ഈ സ്ഥിതി ഇപ്രകാ
രമായിരുന്നു.

തെക്കൻ കർണ്ണാടകം പ്രധാനമായും ഒരു വനജില്ലയായിരുന്നു.
പശ്ചിമ ഘട്ടത്തിന്റെ ചെരിവുകൾ വടക്കു മുതൽ തെക്കുവരെ
വൻകാടുകളാൽ പുതപ്പിക്കപ്പെട്ടു. ധാരാളം മഴ കൊണ്ട് വൻമര
ങ്ങളും കാട്ടുവളർച്ചയും സമുദ്രതീരത്തുനിന്നും അല്പം നാഴിക
കൾക്കകം പ്രചോദിപ്പിക്കപ്പെട്ടിരുന്നു[38].

പട്ടയഭൂമികളുടെ സങ്കീർണ്ണതകളെപ്പറ്റി മൺറോ രേഖപ്പെടുത്തി:

ഈ രാജ്യത്തെ ഭൂമികൾ കൃഷി ചെയ്തിരുന്നതൊന്നും ഒരിക്കലും
സർവ്വേ ചെയ്യപ്പെട്ടിരുന്നില്ല. തരിശു എത്രയാണെന്നറിഞ്ഞിരുന്നില്ല.
ഭൂമി സമ്മിശ്രമായും വിഭജിച്ചും കിടന്നിരുന്നതിനാൽ ഉടമ
കൾപോലും അവരുടേത് ഏതെന്നും അറിഞ്ഞിരുന്നില്ല[39]. നികുതി
ചുമത്തുന്നതിലുള്ള പ്രായോഗിക വിഷമതകൾ അദ്ദേഹം ഇപ്രകാരം
രേഖപ്പെടുത്തി: മണ്ണിൽ കൃഷി നടത്തുന്നവരെല്ലാം പ്രായേണ അക

ലപ്പെട്ടു നില്ക്കുന്ന സ്വന്തം ഭൂമിയിലെ വാസസ്ഥലങ്ങളിൽ താമ
സിക്കുന്നു. അതിനാൽ കാടുകളിൽ ചിതറിക്കിടക്കുന്ന ഈ നിവാ
സികളെ ഗ്രാമത്തിൽ ഒരുമിച്ചു കൊണ്ടുവരുന്നതിൽ ധാരാളം ദിവ
സങ്ങൾ നഷ്ടപ്പെടുന്നു[40].

കമ്പനിക്ക് കർണ്ണാടകത്തിന്റെ മുഴുവൻ നികുതി ജമയും ഉടനെ
ത്തന്നെ പിരിച്ചെടുക്കേണ്ടത് ഒരാവശ്യമായിരുന്നു. എന്തെന്നാൽ അതു
നടത്തിയ കഴിഞ്ഞ യുദ്ധങ്ങളുടെ ചെലവു കണ്ടെത്തുക ആവശ്യമായി,
ഇതെല്ലാം നികുതി പിരിവ് കൂടുതൽ തകരാറുകൾക്കു കാരണമായി.

പൊതുവായി കർണ്ണാടകത്തിന്റെ ജമ 1209 ഫസലി (1799–800) സ്വീക
രിക്കപ്പെട്ടു. അതു ബാക്കിവെക്കാതെ മുഴുവനും പിരിക്കുകയയും ചെയ്തു.
എന്നാൽ 1812 അവസാനം കമ്പനി തങ്ങളെ അധികം നികുതി ചുമത്തി
യിരിക്കുകയാണെന്നും അതാണ് അവർക്കിടയിലെ വമ്പിച്ച ദാരിദ്ര്യത്തിനും
കാർഷികത്തകർച്ചയ്ക്കും കാരണമായിട്ടുള്ളതെന്നുമുള്ള ഒരു ബോധം
കർഷകരിലും ഭൂവുടമകളിലും ഉയർന്നുവന്നു. പല കർഷകരും നികുതി
നല്കുന്നതിൽ പരാജയപ്പെട്ടു. മൊത്തം ഉല്പാദത്തിന്റെ 60 ശതമാനത്തി
ലധികം എത്തിയിരുന്നു. നികുതി കൊടുക്കുകയില്ലെന്ന ഒരു തീരുമാനം
പോലും കർഷകർക്കിടയിലുണ്ടായിരുന്നു. ആയതിനാൽ അന്നത്തെ
സ്ഥിതിയെപ്പറ്റിയുള്ള ഒരു റിപ്പോർട്ട് അലക്സാണ്ടർ റീഡ് എന്ന പ്രിൻസി
പ്പൾ കളക്ടറിൽനിന്നും ബോർഡ് ആവശ്യപ്പെട്ടു. റീഡ് 1814 ജനുവരി 17
നു സമർപ്പിച്ച റിപ്പോർട്ടിൽ കഴിഞ്ഞ കാലത്ത് ഒരു ഭൂമിക്കു ചുമത്തപ്പെട്ട
പാട്ടത്തിൽനിന്നും ഒരിക്കലും വർദ്ധിപ്പിക്കരുതെന്നു ശുപാർശ ചെയ്തു.
വ്യത്യസ്ത പ്രദേശങ്ങൾക്കനുസരിച്ചു നാലു മുതൽ ഏഴു ശതമാനം വരെ
ഇളവു അനുവദിക്കേണ്ടതാണെന്നും ഒരു അനുബന്ധ റിപ്പോർട്ടിൽ
അദ്ദേഹം ശുപാർശ ചെയ്തു.

വീണ്ടും 1817 ഏപ്രിൽ 20 ന് ബോർഡ് രേഖപ്പെടുത്താത്ത അതിന്റെ
മിനിട്ട്സ് അഥവാ തീരുമാനങ്ങൾ മൺറോവുമായി ചർച്ച ചെയ്യുവാൻ
വേണ്ടി ഹാരിസിനു അയച്ചുകൊടുത്തു. ഹാരിസ് തന്റെ 1817 ഒക്ടോബ
റിലെ റിപ്പോർട്ടിൽ കർണ്ണാടകങ്ങളിൽ അധികാരത്തിൽ വന്നതിനുശേഷം
ഓരോ പട്ടയത്തിൽനിന്നും പിരിച്ചെടുത്തതിന്റെ ശരാശരി വിഹിതമായി
രിക്കും 1227 ലെ ഫസലിക്ക് ഉചിതമായിരിക്കുകയെന്നു ശുപാർശ ചെയ്തു.
ഈ തത്ത്വം 1229 ലെ ഫസലിയിൽ (1819–20) നടപ്പിലാക്കുകയും ചെയ്തു.
ഇതിനിടയിൽ ബോർഡ് കർണ്ണാടക, മലബാർ, കോയമ്പത്തൂർ എന്നിവി
ടങ്ങളിൽ റയറ്റുവാരി സമ്പ്രദായം നടപ്പിലാക്കുവാൻ തീരുമാനിച്ചു.[42] ഭൂമി
യുടെ ഒരു യഥാർത്ഥ സർവ്വെ 19-ാം നൂറ്റാണ്ടിൽ നടപ്പിലാക്കുന്നതുവരെ
തരവ് അഥവാ ശരാശരി ഹാരിസ് ശുപാർശ ചെയ്തതുപോലെ കർണ്ണാട
കയിൽ ചില ഭൂമികളുടെ കാര്യത്തിൽ ചില മാറ്റങ്ങളോടുകൂടെ നിലനിന്നു.
എന്നാൽ ഇതെല്ലാം നടപ്പിലാക്കിയപ്പോൾ ചില എസ്റ്റേറ്റുകളുടെ കാര്യ
ത്തിൽ മൺറോ ചുമത്തിയ ഏറ്റവും അധികമുള്ള നികുതിയേക്കാൾ 67
ശതമാനമായി ഉയർന്നു നിന്നതായാണ് 1229 ഫസലിയിൽ കാണാൻ കഴി
ഞ്ഞത്.

കൂട്ടുകലാപം

ഭരണകൂടം കർണ്ണാടകത്തിലെ കൃഷി വളരെയധികം വളർച്ച പ്രാപി
ച്ചിട്ടുണ്ടെന്നു പലപ്പോഴും റിപ്പോർട്ടു ചെയ്തപ്പോഴും 1830 ൽ തെക്കൻ
താലൂക്ക് ആയ ബേക്കലിലെ കർഷകരും ഭൂവുടമകളും കമ്പനിയുടെ
നികുതി നയത്തെ സംഘടിതമായി എതിർക്കുന്ന ഒരു സ്ഥിതി ഉണ്ടായി.
പരമ്പരാഗതമായ ഗ്രാമസഭകൾ, നാട്ടുകൂട്ടങ്ങൾ ബ്രിട്ടീഷുകാർക്കെതിരായി
തിരിഞ്ഞു. ഇതിനെ കൂട്ടുകലാപം എന്നു വിളിച്ചുവന്നു. അതിൽ കുമ്പള,
മൊഗ്രാൽ, അങ്ങാടി മൊഹർ, പാടി, കാസർഗോഡ് എന്നീ ഗ്രാമങ്ങളിലെ
പട്ടേൽമാരും വർഗ്ഗദാർമാരും 1830 നവംബർ 16 ന് കൂട്ടമായി സമ്മേളിച്ചു.
ഇത്തരം കൂട്ടങ്ങൾ മടൂർ, പോർക്കാടി എന്നീ ഗ്രാമങ്ങളിലും കമ്പനിക്കെ
തിരായ പ്രതിഷേധത്തിൽ ഒത്തുകൂടി. ഡിക്കിൻസൺ എന്ന ജമാബന്ദി
ഓഫീസർ റിപ്പോർട്ട് ചെയ്തു. മംഗലാപുരം ബേക്കൽ എന്നീ താലൂക്കു
കളിൽ ഏറ്റവും കൂടുതൽ നികുതി ചുമത്തപ്പെട്ടവയാണ്. അദ്ദേഹം നികുതി
ഏറ്റവും ഉയർന്നതായിരുന്നുവെന്നും അത് കർഷകർക്കു ഒരിക്കലും അടച്ചു
തീർക്കാൻ കഴിയുന്നതല്ലായിരുന്നുവെന്നും റിപ്പോർട്ടു ചെയ്തു[43]. ഈ പരി
തഃസ്ഥിതിയിൽ ബോർഡ് 1831 മാർച്ച് 8 ന്റെ തീരുമാനപ്രകാരം അതിന്റെ
മൂന്നാം മെമ്പർ ജോൺ സ്റ്റോക്സിനെ കൂട്ടുകലാപങ്ങളുടെ കാരണം
കണ്ടെത്താൻ അന്വേഷണക്കമ്മീഷനായി നിയമിച്ചു. ഡിക്കിൻസൺ കാമ
റോൺ തുടങ്ങിയ ജില്ലാ ഭരണാധികാരികളുടെ നികുതിയുടെ ആധിക്യം
എന്ന അഭിപ്രായം സ്റ്റോക്സ് തള്ളിക്കളഞ്ഞു. മംഗലാപുരത്തെ ഹിന്ദു
ഉദ്യോഗസ്ഥൻ അവിടത്തെ ക്രിസ്ത്യൻ ഉദ്യോഗസ്ഥർക്കെതിരായി നട
ത്തിയ ഗൂഢാലോചനയുടെ ഭാഗമാണ് കൂട്ടുകലാപമെന്നു രേഖപ്പെടുത്തി.
എങ്കിലും നികുതി, ചുമത്തലിലെ തുല്യതയില്ലായ്മയും ഭേദഗതികളും
അദ്ദേഹം വിമർശിക്കുകയും അവ അവസാനിപ്പിക്കണമെന്നു ശുപാർശ
ചെയ്യുകയുംചെയ്തു. ഈ പരിതഃസ്ഥിതിയിൽ ഇളവുകൾ അനുവദിക്കു
ന്നതു റദ്ദാക്കണമെന്നും അദ്ദേഹം ശുപാർശചെയ്തു.[44]

ഫസലി 1243 ലെ (1833–34) നികുതി നിശ്ചയം കളക്ടർ വിവിയേഷ്
പൂർത്തിയാക്കിയപ്പോൾ ഈ വസ്തുതകളെല്ലാം പരിഗണിച്ചിരുന്നു.
അദ്ദേഹം എസ്റ്റേറ്റുകളെ രണ്ടുതരമാക്കി തിരിച്ചു. ഭർത്തി എസ്റ്റേറ്റു എന്നു
പറയുന്നവ അവയുടെ തരക് നികുതി പൂർണ്ണമായും കൊടുക്കാൻ കഴി
യുന്നവയെന്നും പൂർണ്ണമായും തരക് നികുതി കൊടുക്കാൻ കഴിയാത്ത
വയെ കംഭർത്തി എസ്റ്റേറ്റുകളെന്നുമായിരുന്നു വിഭജനം. രണ്ടാം തരം
എസ്റ്റേറ്റുകളെ വൈദെയെന്നും അഥവാ പൂർണ്ണമായും നികുതിയെ
ഇൻസ്റ്റാൾമെന്റ് രൂപത്തിൽ കൊടുക്കാൻ കഴിയുന്നതെന്നും ബോർഡ്
സിഫാറസ് അഥവാ പൂർണ്ണമായും ഇളവുകൾ അനുവദിക്കേണ്ടതെന്നും
വീണ്ടും വിഭജിച്ചു. മറ്റൊരു വിഭജനം തനിക്ക് അഥവാ അന്വേഷണങ്ങൾ
നടന്നുവരുന്നവയെന്നു കൂടി ആയിരുന്നു. ഇത്തരത്തിലുള്ള വിഭജനം
ഗവൺമെന്റിനും വർഗ്ഗദാർമാർക്കും ഒരേപോലെ ഗുണകരമായിരുന്നു.[45]

എന്നാൽ റവന്യൂ ബോർഡ് പാളിച്ചകളില്ലാത്ത ഒരു നികുതി നിശ്ചയം

കർണ്ണാടകയിൽ നടപ്പിലാക്കുവാൻ തീരുമാനിച്ച നിലയിൽ കളക്ടർ ടി എൽ ബ്ലെയിനിനെ 1847 മെയ് 2 ന് ഇക്കാര്യത്തിൽ സമുചിതമായ ഒരു ശുപാർശയ്ക്കുവേണ്ടി നിയമിച്ചു. എല്ലാ കാര്യങ്ങളും പരിശോധിച്ചുകൊണ്ട് ബ്ലെയിൻ എഴുതി.

ജനസംഖ്യയിലെ ക്രമാതീതമായ വർദ്ധനവ്, കാർഷിക സമൂഹ ത്തിന്റെ വളർച്ച, കടൽത്തീരത്തു എവിടെയും കാണുന്ന തെങ്ങിൻ തോട്ടങ്ങൾ തരിശു ഭൂമിയിലേക്കുള്ള കാർഷിക വികസനം, ഭൂമി വിൽപനയ്ക്കു വാങ്ങുവാനുള്ള വൈഷമ്യം, അതിനു നല്കിയിരുന്ന വിലയിലെ വർദ്ധനവ് അത് കർഷകന് കൃഷിക്കു നല്കുന്നതിനുള്ള സൗകര്യം, ഒരു ചെറിയ സ്ഥലം പോലും കൈവശപ്പെടുത്തുന്നതി നുള്ള താല്പര്യം കള്ളത്തരത്തിലുള്ള രേഖകൾ ഉണ്ടാക്കി. അവ കൈവശം വെക്കുവാനുള്ള പ്രവർത്തനം ഇവയെല്ലാം ചതിക്കപ്പെ ടാനാവാത്ത വിധമുള്ള ചില സൂചനകളാണ്.[46]

എന്നാൽ ഇത്തരം അഭിവൃദ്ധിയുണ്ടായിട്ടും ഈ ജില്ല 1245 മുതൽ 1254 വരെ ഫസലിയിൽ 5257 ക യുടെ വർദ്ധനവാണ് 1209 മുതൽ 1218 വരെയുള്ള ഫസലികളിലേതിനേക്കാൾ ഉണ്ടാക്കിയിട്ടുള്ളത്.[47] അദ്ദേഹം ജില്ലയിലെ മൊത്തം ഉല്പാദനത്തിനെ കണക്കെടുക്കുകയും പട്ടയങ്ങളിലെ ഭൂമി സർവ്വേ വേണ്ടവിധം നടത്തി നികുതി വർദ്ധിപ്പിക്കണമെന്നും ആവ ശ്യപ്പെട്ടു.[48] ജംഗിൾ ബെറ്റ് (മേൽഭൂമി) എന്നും ചിറ്റ്ലെസ് എന്നും രേഖ പ്പെടുത്തി തരിശുഭൂമികൾ വർഗ്ഗദാർമാർ കൈമാറ്റം ചെയ്യുന്നത് ജില്ലയിൽ പതിവാണെന്നും അദ്ദേഹം കൂട്ടിച്ചേർത്തു. ഇത്തരം ഭൂമികൾ സർക്കാരിന വകാശപ്പെട്ടതിനാൽ അവർക്കതിനവകാശമില്ലാത്തതാണ്.[49] താൻ ഉയർന്ന നികുതിയുടെ ഒരു വക്താവാണെന്നുകൂടി ബ്ലെയിൻ രേഖപ്പെടുത്തി. എന്നാൽ കർണ്ണാടകത്തിലെ നികുതിയുടെ സങ്കീർണ്ണതകളെപ്പറ്റി ബോർഡ് വീണ്ടും രേഖപ്പെടുത്തി:

ഗവൺമെന്റ് ഉദ്ദേശിക്കുന്നത് സങ്കീർണ്ണവും കുഴപ്പം നിറഞ്ഞതും, ഒന്നു മറ്റൊന്നിൽനിന്നു വ്യത്യസ്തവുമായി പിരിക്കുന്നതുമായ നികു തിയെ സ്പഷ്ടമായ, സരളമായ തുല്യതയോടുകൂടിയ ഗ്രാമത്തിന്റെ കണക്കിലുള്ള ഒരു നികുതി നടപ്പിലാക്കുകയാണ് ഗവൺമെന്റിന്റെ ലക്ഷ്യം. ആവശ്യമില്ലാത്ത ആവർത്തനങ്ങളും വിശദീകരണങ്ങളും ഇല്ലാത്ത നിലയിൽ ഇവയെ മാറ്റിയെടുക്കേണ്ടതുണ്ട്.[50]

എന്നാൽ ആ സമ്പ്രദായത്തിൽ സത്വരമായ ഒരു മാറ്റം വരുത്തുവാൻ ബോർഡും തയ്യാറായിരുന്നില്ല. പിന്നീടും വളരെ വർഷങ്ങൾ പഴയ രീതി തന്നെ തുടർന്നു. ഈ ഘട്ടത്തിൽ ഇന്ത്യൻ ഭരണം കമ്പനിയുടെ ആഗ്രഹ ത്തിനെതിരായി ബ്രിട്ടീഷ് കിരീടത്തിലേക്ക് മാറ്റപ്പെട്ടു. അതാകട്ടെ ഇന്ത്യ യിലെ കൊളോണിയൽ ചരിത്രത്തിൽ ഒരു പുതിയ അദ്ധ്യായം തുടർന്നു.

ഭൂനികുതി പുതുക്കൽ

മൺറോവിന്റെയും സഹപ്രവർത്തകരുടെയും ലക്ഷ്യം ഭൂമിയുടെ മീതെയയുള്ള നികുതി "സ്ഥിരമാക്കുകയും" "ഉറപ്പിക്കുകയും" റയറ്റുവാരി ആക്കി മാറ്റുകയും എന്നതായിരുന്നു. ബോർഡിന്റെ 1818 ജനുവരി 5 ന്റെ തീരുമാനവും 1855-56 ലെ ഭരണപരമായ റിപ്പോർട്ടും 1857 ജൂലൈ 15 ന്റെ നടപടികളും 1862 ഫെബ്രുവരി 8 ന് മദ്രാസ് ഗവൺമെന്റിന്റെ 241-ാം നമ്പർ എഴുത്തും റയറ്റുവാരി, സമ്പ്രദായം എന്താണെന്നു വിശദീകരിച്ചു. അത് "സ്ഥിരമാണെന്നും" "നികുതിയുടെ സ്വഭാവം അതു സ്ഥിരമായി തുടരു ന്നതാണെന്നും" വിശദീകരിച്ചിരുന്നു. കൂടാതെ ഇന്ത്യാ സ്റ്റേയ്റ്റ് സെക്ര ട്ടറി സർ ചാർലസ് വുഡ്ഡ്, 1862 ജൂലൈ 9 ന് അതു പൂർണ്ണമായും സ്വയം പൂർണ്ണവും തുല്യവും അസ്ഥിരമായി നികുതി കെട്ടിയ എല്ലാ ഭൂമിയുടെ മീതെയും സ്ഥിരമാക്കുന്നതും ആണെന്നു നിർദ്ദേശിച്ചിരുന്നു. ഇതു ചെയ്യു ന്നേടത്തെല്ലാം നികുതി സ്ഥിരമായിരിക്കുമെന്നും വിശദീകരിച്ചു.[51] എന്നാൽ 1862 ൽ കർണ്ണാടകത്തിന്റെ വടക്കൻ ഭാഗം ബോംബെ പ്രസിഡൻസിയുടെ കീഴിലേക്കു മാറ്റി.[52] ബാക്കി വരുന്ന തെക്കൻ ഭാഗം മദ്രാസ് പ്രസിഡൻസി യുടെ കീഴിൽ തെക്കൻ കർണ്ണാടക ജില്ലയെന്ന പേരിൽ നിലനിർത്തി.[53]

തുടർന്ന് ഇംഗ്ലണ്ടിലെ ഭരണാധികാരികളുടെ മനസ്സിൽ ഭാവിയിൽ സംഭവിച്ചേക്കാവുന്ന നികുതിയുടെ നഷ്ടം എന്നുള്ള ഒരാശയം ഉയർന്നു വന്നു. ധാന്യങ്ങളുടെ മീതെ സെറ്റിൽമെന്റ് വകുപ്പു ചുമത്തിയ വില സ്ഥിര മാണെന്നു പ്രഖ്യാപിക്കുവാൻ വേണ്ടി മദ്രാസ് ഗവൺമെന്റ് ഒരു കൽപ നയ്ക്ക് ആവശ്യപ്പെട്ടപ്പോൾ 1869 ൽ സ്റ്റേറ്റ് സെക്രട്ടറി അത് സ്റ്റെയിറ്റിനു ഭാവിയിൽ ലഭിക്കാവുന്ന വരുമാനത്തിന്റെ ന്യായീകരിക്കാനാവാത്ത ഒഴി വാക്കലാണെന്നതിനാൽ തള്ളിക്കളയുകയാണുണ്ടായത്. ആത്യന്തികമായി 1883 മാർച്ച് 28 ന്റെ 24-ാം നമ്പർ എഴുത്തിൽ 1862 ൽ നിശ്ചയിക്കപ്പെട്ട നയം ഇപ്പോൾ ഔപചാരികമായി ഉപേക്ഷിച്ചിരിക്കുന്നുവെന്നാണ്.[54] അപ്ര കാരം ആ കാലങ്ങളിലേക്ക് ഒരു നികുതി പുനർനിർണ്ണയം ആവശ്യമാ ണെന്നും അത് മുപ്പത് വർഷത്തിലൊരിക്കൽ ആയിരിക്കണമെന്നും തീരു മാനിക്കപ്പെടുന്നു. സ്റ്റേയിറ്റു സെക്രട്ടറി 1885 ജനുവരി 8 ന്റെ എഴുത്തിൽ നികുതി പുനർനിർണ്ണയിക്കുന്നതിൽ ധാന്യങ്ങളുടെ വില മാത്രമല്ല വർദ്ധി ച്ചുവരുന്ന ഭൂമിയുടെ വിലയും ഭൂവുടമയുടെ വർദ്ധിച്ചുവരുന്ന യഥാർത്ഥ പാട്ടവും കൂടി കണക്കിലെടുക്കണം എന്നായിരുന്നു. ഇന്ത്യയിലെ കൊളോ ണിയൽ ഭരണത്തിൽ ഭൂനികുതി സ്ഥിരമാണെന്നുള്ള ആശയത്തിന്റെ അന്ത്യവും അതായിരുന്നു. ബോർഡ് 1882 നവംബർ 11 നു തന്നെ അതിന്റെ തീരുമാനം വ്യക്തമായിരുന്നു. അതായത് ഗവൺമെന്റിന്റെ തീരുമാനം ഒരി ക്കലും ഭൂനികുതി പുതുക്കുകയില്ലെന്ന് അല്ലായിരുന്നുവെന്നും കർണ്ണാട കത്തിലെ നികുതി പുതുക്കുകയെന്നത് ഗവൺമെന്റിന്റെയും നികുതിദായ കരുടെയും രണ്ടുകൂട്ടരുടെയും താല്പര്യങ്ങളിലുൾപ്പെട്ടതാണെന്നും ആയ തിനാൽ പുതുക്കിയ സർവ്വേക്കും നികുതി ചുമത്തലിനും നടപടികൾ

ശുപാർശ ചെയ്യാൻ ആവശ്യപ്പെടുകയും ചെയ്തു.[55]

കർണ്ണാടകത്തിലെ റവന്യൂ സർവ്വേ 1889 ൽ ആരംഭിക്കുകയും 1896 ൽ പൂർത്തിയാക്കുകയും ചെയ്തു. സർവ്വേയിൽ വർഗ്ഗം ഒരു യൂണിറ്റായി സ്വീകരിച്ചിരുന്നത് വളരെക്കാലമായി ഉടമസ്ഥതയുടെ ഒരു യൂണിറ്റല്ലാതായിത്തീർന്നുവെന്നു കണ്ടെത്തി. സിദ്ധാന്തത്തിൽ മാത്രം അതൊരു യൂണിറ്റായി നിലനിന്നു. അതിനാൽ വർഗ്ഗങ്ങളുടെ അതിർത്തി നിലനിർത്തുന്നതു പല വ്യക്തികളുടെയും ഉടമസ്ഥത വ്യക്തമാക്കിയിരുന്നില്ല. ഒരേ സർവ്വേ യൂണിറ്റിൽ നിലം, തോട്ടം, തരിശ് എന്നീ തരങ്ങൾ ഉൾക്കൊണ്ടു. ആയതിനാൽ 1894 ൽ ഭൂമിയുടെ തരംതിരിച്ചു കാണിച്ചുകൊണ്ടുള്ള ഒരു അനുബന്ധ സർവ്വേ നടപ്പിലാക്കി. അതിൽ മണ്ണിന്റെ തരം തിരിക്കുകയും തോട്ടം വിഭാഗത്തിലെ ഭാഗായത്തുകൾ അഥവാ മരങ്ങൾ കണക്കെടുക്കുകയും ചെയ്തു.[56] നിലം ഒന്നാം തരം, രണ്ടാം തരം, മൂന്നാം തരം എന്നിങ്ങനെ മൂന്നായി തരം, തിരിച്ചു. തോട്ടങ്ങൾ 2 ക മുതൽ 8 ക വരെ വരുന്നവിധം ഏഴുതരങ്ങളിൽ തരം തിരിച്ചു[57].

നികുതി നിശ്ചയം പുതുക്കുന്നതിനു മുമ്പു ദക്ഷിണ കർണ്ണാടക ജില്ലയുടെ നികുതി 14,19,586 ക യായിരുന്നു. പുതിയ നികുതി നിശ്ചയങ്ങളിൽ അത് 23,41,260 കയായി മാറി. കുന്താപുരത്തിൽ 22 ശതമാനവും ഉഡുപ്പിയിൽ 56 ശതമാനവും മംഗലാപുരത്തു 61 ശതമാനവും ഉപ്പനങ്ങാടിയിൽ 85 ശതമാനവും കാസർഗോഡിൽ 131 ശതമാനവുമായിരുന്നു.[58] നികുതിയിലെ ഈ വർദ്ധനവ് കർഷകർ നല്കേണ്ട പാട്ടത്തിലും വർദ്ധനവു വരുത്തി. ഇത്തരത്തിലുള്ള പാട്ടവർദ്ധനവ് 1920 ലെ മൂലഗണി റെന്റ് എൻഹൻസ്മെന്റ് ആക്ട് പ്രകാരം ഗവൺമെന്റ് ക്രമീകരിച്ചു. പ്രാദേശിക പത്രങ്ങളായ *സത്യദീപിക* (മംഗലാപുരം) *വിശ്വബുദ്ധി* എന്നിവ ഈ വർദ്ധനവിനെ നിശിതമായി വിമർശിച്ചു[59]. ഈ പരിതഃസ്ഥിതി മൂലഗണിയിലെ കുടിയാന്മാരും ഭൂവുടമകളും തമ്മിലുള്ള ബന്ധങ്ങൾ വഷളാക്കിമാറ്റി. "നികുതി വർദ്ധനവ് പൂർണ്ണമായും വഹിക്കേണ്ടത് തങ്ങളുടെ കുടിയാന്മാരാണെന്നു ഭൂവുടമകൾ ആഗ്രഹിച്ചതാണ് കാരണം."[60]

ദക്ഷിണ കർണ്ണാടകം ബ്രിട്ടീഷുകാർ അധീനപ്പെടുത്തി ഒരു നൂറ്റാണ്ടിനിടയിൽ അതിന്റെ മൊത്തം ഉല്പാദനത്തിന്റെ 50 ശതമാനത്തിലധികം നിലനികുതിയായി ബ്രിട്ടീഷ് രാജ് പിരിച്ചെടുത്തു. അതിനുവേണ്ടിയുള്ള റവന്യൂ പട്ടാളമായിരുന്നു ഗ്രാമത്തിൽ പട്ടേൽ, ശ്യാനഭോഗ്, തലയാരി, ഉഗ്രാണി എന്നിവരും മഗണയിൽ (ഫർക്ക) മണേഗാരും (റവന്യൂ ഇൻസ്പെക്ടർ) താലൂക്കിൽ തഹസീൽദാരും, റവന്യൂ ഡിവിഷനിൽ റവന്യൂ ഡിവിഷണൽ ഓഫീസറും (ഡിസ്ട്രിക്കുകളും) ജില്ലയിൽ കളക്ടറും, ശിരസ്തദാർ, സർവ്വേ സൂപ്രണ്ട്, തഹസീൽദാർ തുടങ്ങി മറ്റനേകം പേരും ജില്ലാ താലൂക്ക് ഭരണത്തിന്റെ ഭാഗമായി മാറി. ജില്ലയിൽ ഭരണം സ്ഥാപിച്ചതോടുകൂടെ ഇത്തരത്തിൽ പിരിവ് പലവിധരീതികളിലൂടെയും വർദ്ധിപ്പിച്ചെടുക്കുവാനാണ് കൊളോണിയൽ ഭരണം ശ്രദ്ധവെച്ചത്. പല പരീക്ഷണങ്ങളും വഴി ഈ ജില്ല ഉയർന്ന നികുതിക്കു വിധേയമായി. ഭൂനികുതിയാ

യിരുന്നു കൊളോണിയൽ ഭരണത്തിന്റെ ചൂഷണത്തിനുള്ള ഒരു പ്രധാന മാർഗ്ഗം.[61] ഇന്ത്യ തുടങ്ങിയ കൊളോണിയൽ രാജ്യങ്ങളിൽ സാമ്രാജ്യത്വത്തിന്റെ ഒരു പുതിയ ഘട്ടത്തെ ഈ നികുതി നയം പ്രതിനിധീകരിച്ചു. ഇരുപതാം നൂറ്റാണ്ടിൽ ഈ സ്ഥിതിവിശേഷം ഒരു പുതിയ കർഷക ദേശീയതയ്ക്കു ജന്മം നല്കി. സ്വാതന്ത്ര്യത്തിനുവേണ്ടിയുള്ള സമരത്തിന്റെ ഭാഗമായി ധാരാളം കർഷക സമരങ്ങൾ ഇക്കാരണത്താൽ ഉയർന്നുവരികയും ചെയ്തു.

2

ഭൂഅവകാശങ്ങളും
കാർഷിക വർഗ്ഗങ്ങളും

സൗത്ത് കനറയിൽ പരമ്പരാഗതമായി കൈവശം വെക്കുവാനും മണ്ണിലെ അനുഭവങ്ങൾ എടുക്കുവാനും ഉള്ള സ്വതന്ത്രമായ അവകാശത്തെ (Exclusive right) വർഗ്ഗം എന്നു വിളിച്ചു വന്നു. അതു ഭൂമിയിലെ പ്രവേ ശവും സ്വതന്ത്രവുമായ അവകാശമാണ്. മണ്ണിലെ ആദ്യത്തേതായ ഈ അവകാശം സ്വതന്ത്രവും കർണ്ണാടകത്തിൽ ഭൂവുടമകളുടേതുമായി വ്യാഖ്യാനിക്കപ്പെട്ടു. ഭൂമിക്കുള്ള ആദ്യത്തെ അവകാശമെന്ന നിലയിൽ ഇതിനെ മൂല വർഗ്ഗ എന്നു വിളിച്ചുവന്നു. ഭൂവുടമസ്ഥനെ വർഗ്ഗദാർ എന്നും റീഡ് 1814 ജനുവരി 1 ന്റെ എഴുത്തിൽ "അവകാശപ്പെടാത്ത തരിശുഭൂമി അല്ലെങ്കിൽ അവകാശികളില്ലാതെ അന്യം നിന്നുപോയ ഭൂമി, എന്നിവ യൊഴിച്ചു ഭൂമിയിൽ ഒരു ചെറിയ അവകാശം പോലും കർണ്ണാടകത്തിൽ സർക്കാറിനു ഇല്ലെന്നു പറയാം." എന്നാണ് റിപ്പോർട്ട് ചെയ്തത്. ആയ തിനാൽ മൂലവർഗ്ഗദാർമാർ അഥവാ വർഗ്ഗദാർമാർ എന്ന വിഭാഗം കൃഷി ചെയ്യാവുന്ന ഭൂമിയെല്ലാം കൈവശപ്പെടുത്തി.

കാസർകോട്ടെ ഭൂവുടമകൾ പ്രധാനമായും നായന്മാർ തങ്ങൾക്കു കീഴിൽ താഴ്ന്ന അവകാശത്തിന്മേൽ ധാരാളം കുടിയാന്മാരെ നിലനിർത്തി. ഭൂമി ഈ കുടിയാന്മാർക്കു 'ഗണി' അവകാശത്തിൽ കൃഷിക്കനുവദിച്ചു. ഈ കുടിയാന്മാർ അവരുടെ അദ്ധ്വാനമോ കർഷകത്തൊഴിലാളിയുടെ അദ്ധ്വാനമോ ഉപയോഗിച്ചു കൃഷി നടത്തിവന്നു. അവർ ഭൂവുടമകൾക്കു പണമോ പാട്ടമോ ഒരു നിശ്ചിത വിഹിതം വർഷംതോറും നല്കി. രണ്ടു കൂട്ടരും യോജിച്ച് ഒരു നിശ്ചിതവിഹിതം ധാന്യം വാരം (പാട്ടം) നിശ്ചയി ക്കുകയും ചെയ്തു. അതു ഉല്പാദനത്തിന്റെ ഒരു ഭാഗമായി ഗണിച്ചില്ല. അതിനാൽ ഉല്പാദനം പങ്കുവെക്കുന്ന (ഷെയർ ക്രോപ്പിങ്) രീതി ആയി രുന്നില്ല. പക്ഷേ, എഴുതുകയോ വാമൊഴിയായയോ നടത്തിയ ഒരു കരാർ

നിശ്ചയമായിരുന്നു. ഈ പ്രദേശത്തു കുടിയാന്മാർ രണ്ടു തരക്കാരായി രുന്നു. മൂലഗണികളായ സ്ഥിരം കുടിയാന്മാരും ചാലഗണികളായ താല്ക്കാ ലിക കുടിയാന്മാരും ഭൂമിയാകട്ടെ കദീം ഹൊസ്സാഗമ എന്നും വിശേഷി പ്പിക്കപ്പെട്ടു.

മൂലഗണി അഥവാ സ്ഥിരം കുടിയാന്മാർ മലബാറിൽ നിലവിലില്ലാത്ത വിധം മണ്ണിൽ സ്ഥിരം അവകാശമുള്ള ഒരു വിഭാഗം കുടിയാന്മാരാണ്. അവർ ഭൂവുടമയ്ക്ക് അഥവാ അവരുടെ അവകാശികൾക്കു പാട്ടം കൊടു ത്താൽ മാത്രം മതി. ഒരു മൂലഗണി കുടിയാന്റെ അവകാശം ഭൂവുടമയ്ക്കു വില്ക്കുവാൻ കഴിയുന്നതല്ല. എന്നാൽ അയാൾക്കത് പണയം വെക്കാവു ന്നതാണ്. കൂടാതെ ഭൂവുടമയ്ക്കു പാട്ടം വർദ്ധിപ്പിക്കുവാനോ ഭൂമി വീണ്ടെ ടുക്കുവാനോ അധികാരമില്ല. ഒരു കുടിയാന്റെ മൂലധന നിക്ഷേപത്തിനും അദ്ധ്വാനത്തിനും പകരമായി അതൊരു സ്ഥിരം കൈമാറ്റമാണെന്നും പറയാം. എന്നാൽ മൂലഗണിക്കുടിയാന്മാർക്ക് അവകാശികൾ ഇല്ലാതാകുന്ന പക്ഷം ഭൂമി വീണ്ടെടുക്കാവുന്നതാണ്. ഉല്പാദന രംഗത്ത് താഴേക്കിടയിൽ പ്രവർത്തിക്കുന്ന ഒരു വിഭാഗമാണ് ഈ കുടിയാന്മാർ. അവർ നേരിട്ടു കൃഷി ചെയ്യുകയോ അല്ലെങ്കിൽ ചാലഗണിക്കാർക്കു ഭൂമി പാട്ടത്തിനു കൊടു ക്കുകയോ ചെയ്തു.

ചാലഗണിക്കാർ മൂലഗണിക്കാരേക്കാൾ അധികം വരുന്നതും അവർ ഒരു നിശ്ചിത കാലത്തേക്കു മൂലഗണിക്കാരിൽനിന്നോ വർഗ്ഗദാർമാരിൽ നിന്നോ ഭൂമി ഏറ്റെടുത്തിട്ടുള്ളവരുമാണ്. ചാർത്തിന്റെ അഥവാ ലീസിന്റെ നിശ്ചിതകാലം കഴിഞ്ഞാൽ അവരെ ഒഴിപ്പിക്കാവുന്നതാണ്. എന്നാൽ പ്രായേണ ഭൂമിയിൽനിന്നും ഒഴിപ്പിക്കപ്പെട്ടിരുന്നില്ല. വളരെക്കാലം ചാല ഗണി അവകാശത്തിൽ കൈവശം വെച്ചാൽ അവർ പിന്നീടു മൂലഗണി അവകാശപ്പെട്ടിരുന്നു. എന്നാൽ അത്തരം ഘട്ടത്തിലും മൂലഗണിക്കാർക്കു ഉയർന്ന പാട്ടം നല്കേണ്ടിയിരുന്നു. മൂലഗണിക്കും ചാലഗണിക്കും ഇട യിൽ വൈദഗണി എന്ന അവകാശം ഒരു നിശ്ചിത കാലത്തേക്ക് നില നിന്നിരുന്നു.

ഒരു വർഗ്ഗദാറും ജന്മിയും തങ്ങളുടെ അവകാശങ്ങൾക്കുമേൽ തുല്യ രായിരുന്നില്ല. നിയമപരമായി അവർ വ്യത്യസ്തരായിരുന്നു. മലബാറിലെ ഒരു ജന്മി മണ്ണിന്റെ പരമാവധികാരസ്ഥനായിരുന്നു. എന്നാൽ വർഗ്ഗദാ രിന്റെ കാര്യത്തിൽ അയാൾ തന്റെ പട്ടയത്തിലെ കാടിനും തരിശുഭൂമിക്കും നികുതി കൊടുത്തുവന്നു. മലബാറിലേക്കാൾ അധികം ഭൂനികുതിയാണ് അയാൾ കൊടുത്തിരുന്നത്. എന്നാൽ മണ്ണിന്റെ ഉല്പാദനക്ഷമത അധികം വന്നിരുന്നില്ലതാനും. ദീർഘകാലമായി രണ്ടു പ്രദേശങ്ങളിലെയും ഭൂഅവ കാശങ്ങളുടെ സ്വഭാവത്തിൽ വ്യത്യസ്തത നിലനിന്നു. കാണം, കുഴി ക്കാണം, വെറുമ്പാട്ടം തുടങ്ങിയ അവകാശങ്ങൾ മലബാറിലേതുപോലെ കാസർഗോഡും നിലവിലുണ്ടായിരുന്നു. കാണം, കായ്ഫലങ്ങൾ എടു ക്കാനുള്ള ഒരു വെറും ലഘുവായ അവകാശമായിരുന്നു. ഭാഷയിൽ ഒരു കായ്ഫലം പണയത്തെ കന്നട ഇളിദർവാർ കാണം എന്നു പരസ്പരം

കൈമാറുന്ന വാക്കുകൾ ഉപയോഗിക്കുന്നു. ഒരു ചാർത്ത് അഥവാ ലീസ് വൈദഗണി എന്നു പറയുന്നു. ചാലഗണി അവകാശത്തെ വെറുമ്പാട്ടം എന്നു വിളിച്ചുവന്നു.

ഈ അവകാശങ്ങളോടൊപ്പം കൈമാറ്റങ്ങളിൽ പരമ്പരാഗതമായി മറ്റൊരവകാശം നിലനിന്നിരുന്നു. ഇതിനെ റവന്യൂ ബോർഡ് ഇപ്രകാരം നിരീക്ഷിച്ചു.

> ജന്മക്കാർക്കു ബുദ്ധിമുട്ടുണ്ടാകുമ്പോൾ ജന്മം അപൂർവ്വമായിട്ടാണ് വിറ്റിരുന്നത്. തന്റെ സ്വന്തം ഭൂമിയുടെ പണയത്തിനു മീതെ അയാൾ പണം കടം വാങ്ങി. കടത്തിന്റെ പലിശയ്ക്കു പകരമാണ് ഭൂമി വിട്ടു കൊടുത്തിരുന്നത്. മലബാറിൽ പ്രചാരത്തിലുള്ള ഇത്തരം നടപടികൾ വഴി തന്റെ സ്വത്തിന്റെ മുഴുവൻ വിലയുടെ തോതിൽ പണം ഉണ്ടാക്കാം. ഇതു കടമായോ പണയമായിട്ടോ ആകാം. ഇത്തര ത്തിൽ വരുന്ന കടം മണ്ണുമായി ബന്ധപ്പെട്ടതാണ്. ഈ കുടിക്കട ത്തോടുകൂടെ മണ്ണ് മറ്റൊരാൾക്ക് കൈമാറ്റം ചെയ്യാവുന്നതുമാണ്. പക്ഷേ, കടം വീട്ടിത്തീർക്കുന്നതുവരെ അതു ഭൂമിയിൽനിന്നും ഒഴി വാക്കപ്പെട്ടിരുന്നില്ല.[64]

മലബാറിൽ ഇത്തരം കൈമാറ്റത്തെയാണ് കാണം അവകാശത്തിന്റെ അടിസ്ഥാനമായി കണ്ടിരുന്നത്. കാസർഗോഡിൽ വർഗ്ഗദാർമാർക്കു തങ്ങ ളുടെ ധാരാളം സാമ്പത്തികബാദ്ധ്യതകൾ നിർവ്വഹിക്കുവാനുള്ളതിനാൽ ഈ നടപടി നടപ്പിലുണ്ടായിരുന്നു. ഭൂമി കൈവശത്തോടുകൂടെ കൈമാറ്റം ചെയ്യുന്ന നടപടിയെ അർവർ, ഇളദർവാർ, ഭോഗ്യാദ്യടവ് എന്നും വെറും പണയത്തെ അടവ് എന്നും വിളിച്ചുവന്നു.

ഒരു പണയം ഒരു നിശ്ചിതകാലത്തേക്കോ അനിശ്ചിതകാലത്തേക്കോ ആകാവുന്നതാണ്. പണയം വാങ്ങിയ ആൾ സാധാരണയായി സർക്കാർ നികുതി കൊടുത്തുവന്നു. മുൻകൂർ കൊടുത്ത പണത്തിനു പകരമായി അയാൾ ഉല്പാദനം അഥവാ പാട്ടം പലിശയായി പിരിച്ചെടുത്തു. അയാൾക്ക് എന്തെങ്കിലും കൂടുതൽ ലഭിച്ചുവെങ്കിൽ പണയക്കാരന്റെ കട ത്തിലേക്കു വരവുവെക്കുകയോ അയാൾക്ക് നേരിട്ടുകൊടുക്കുകയോ ചെയ്തു. ഇത്തരം സ്ഥലം തിരിച്ചെടുക്കുമ്പോൾ പണയക്കാരൻ ആ സ്ഥല ത്തുണ്ടാക്കിയ ചമയങ്ങൾക്ക് പ്രതിഫലം കൊടുത്തു. ചില ഇടപാടുക ളിൽ വീണ്ടെടുക്കൽ ഒരു നിശ്ചിത സമയത്തിനകം നടത്തണമെന്നും അതിനുശേഷം ഭൂമി പണയം വാങ്ങിയവരുടെ പൂർണ്ണ അവകാശത്തിലെ ത്തുമെന്നും വ്യവസ്ഥപ്പെടുത്തി.

ഇത്തരത്തിൽ പലവിധ അവകാശങ്ങളും നിലനില്ക്കുമ്പോൾ ഉല്പാ ദന രംഗത്ത് ഭൂമിയില്ലാത്ത കാർഷിക തൊഴിലാളികളുടെ ഒരു വിഭാഗവും നിലനിന്നു. അവർ കുടികളിൽ താമസിക്കുന്നവരും പ്രാദേശിക ഭൂവുടമ കൾ നടത്തുന്ന നിർബ്ബന്ധ സാമ്പത്തികപ്പിരിവുകളുടെ ഇരകളുമായിരുന്നു. ഇപ്രകാരം റിപ്പോർട്ടു ചെയ്യപ്പെട്ടു:

ഈ ജില്ലകളിലെല്ലാം തന്നെ ഉഴവു ചെയ്യുന്നവനും കൃഷിയുടെ താഴ്ന്ന ജോലികളെല്ലാം നിർവ്വഹിക്കുന്നവനും താഴ്ന്നവനും ദരി ദ്രനും, അജ്ഞനും സമൂഹത്തിൽ ധാരാളം അംഗസംഖ്യയുള്ളവ നുമാണ്. സാധാരണയായി ജാതിബാഹ്യനും ഹിന്ദുക്കളിലെ താഴ്ന്ന ജാതിക്കാരനുമാണ്. അതിനാൽ സാധാരണയായി ഗ്രാമ ത്തിന്റെ പുറംഭാഗങ്ങളിൽ താമസിക്കുന്നു. അയാൾക്ക് എല്ലായി ടത്തും ഒരുപോലെ പിന്തുടർച്ചയുള്ളതോ, കൈമാറ്റം ചെയ്യാവുന്ന തോ, വില്ക്കാവുന്നതോ ദാനം ചെയ്യാവുന്നതോ ആയ യാതൊരു ഭൂമിയും ഇല്ല. അയാളെ പണിക്കു വെക്കുന്നവരിൽ നിന്നുള്ള അഥവാ കൃഷിക്കാരനിൽ നിന്നുള്ള അല്പം ഭക്ഷണവും നിസ്സാര മായ മറ്റുവസ്തുക്കളും മാത്രമാണ് ലഭിക്കുന്നത്.[65]

അദ്ധ്വാനിക്കുന്ന ഈ വർഗ്ഗത്തിന്റെ ചില വിഭാഗങ്ങൾ പ്രത്യേകിച്ചും താഴ്ന്നജാതിക്കാരായവർ ഭൂവുടമസ്ഥരുടെ സ്വന്തം അടിമകളായിത്തുട രുകയും അവരെ പണയം വെക്കുകയോ അവരുടെ ഭൂമിക്കൊപ്പമല്ലാതെ സ്വതന്ത്രമായി വില്ക്കുകയോ ചെയ്തുവന്നു. സാധാരണയുള്ള വില്പന അവർക്കാവശ്യമില്ലാത്ത വർദ്ധിച്ചുവരുന്ന അംഗസംഖ്യയെ മാത്രമായി രുന്നു. എങ്കിലും അവരുടെ ഭൂമിക്കൊപ്പമല്ലാതെ ഇവരെയെല്ലാം വില്പന നടത്തുന്നത് തർക്കമില്ലാതെ തുടർന്നുവന്നു. കമ്പനിയുടെ ഭരണത്തിന്റെ ആദ്യ ഘട്ടത്തിൽ അടിമത്തത്തിൽ അവർ ഇടപെടുവാൻ ആഗ്രഹിച്ചിരു ന്നില്ല. "രണ്ടു വർഗ്ഗങ്ങൾക്കിടയിൽ ദീർഘകാലമായി നിലനിന്നു വന്നി രുന്ന സ്ഥാപിതമായ ബന്ധങ്ങളിൽ പെട്ടെന്നു ഇടപെടുന്നത് അപായക രമാണെന്നു" റിപ്പോർട്ട് ചെയ്യപ്പെട്ടു.[66] കൃഷി പ്രധാനമായും നടത്തിയിരു ന്നതു കൂലിക്കെടുത്തിരുന്ന തൊഴിലാളികൾ അഥവാ 'കൂലിയലുഗലു' എന്നിവരായിരുന്നു. പരമ്പരാഗത അടിമകളെ മൂലധലഗുലു എന്നു വിളി ച്ചുവന്നു. അവരുടെ തൊഴിൽ പരമ്പരാഗത ഭൂവുടമകളുടെ കുടുംബവു മായി ബന്ധപ്പെട്ടു കിടക്കുന്നു.

ഹൊലയാ എന്നു പറയുന്ന താഴ്ന്ന ജാതിക്കാർ അഥവാ അയിത്ത ജാതിക്കാർ അടിമകളായി ഈ വർഗ്ഗദാർ കുടുംബങ്ങൾ അവകാശപ്പെട്ടു. ഇവരെ മൂലധഹൊലയാ എന്നു വിളിച്ചുവന്നു. ഒരു തൊഴിലാളി അഥവാ ഹൊലയ അയാളുടെ ഉടമയ്ക്ക് കടക്കാരനായിരുന്നു. അടിമത്തൊഴിൽ ചെയ്യുന്ന മറ്റുതൊഴിലാളികളെ സാലഗ ഹൊലയ എന്നു പറഞ്ഞുവന്നു. അടിമവ്യവസ്ഥ നിയമപ്രകാരം അവസാനിപ്പിച്ചപ്പോഴും പശ്ചിമ ഘട്ടങ്ങ ളിൽ കാപ്പിത്തോട്ടങ്ങളുടെ ഉടമകൾ ഉയർന്ന കൂലി വാഗ്ദാനം ചെയ്ത പ്പോഴും ഇവർ തങ്ങളുടെ പരമ്പരാഗത ഉടമകൾക്കു കീഴിൽ ജീവിച്ചു.

അടിമത്തം നിയമപരമായി കമ്പനി അവസാനിപ്പിച്ചത് 1843 ൽ മാത്ര മായിരുന്നു. എങ്കിലും അതിനുശേഷവും അടിമകളുടെ ജീവിതത്തിൽ പുരോഗതി ഉണ്ടായില്ല. അവർ ഉഴുതുവന്ന കന്നുകാലികളിൽ നിന്നു അല്പം വ്യത്യസ്തമായ പുരോഗതിയുള്ള ഒരു ജീവിതമാണ് അവർക്കു ണ്ടായിരുന്നത്.[67]

നികുതിയും ഭൂമിയും

കമ്പനിയുടെ റയറ്റുവാർ നികുതി നിശ്ചയം പ്രധാനമായും വർഗ്ഗ ദാർമാർ എന്നറിയപ്പെട്ട ഭൂവുടമകളുമായിട്ടായിരുന്നു. ഈ പുതിയ വ്യവ സ്ഥയിൽ ഭൂമിയുടെ വാണിജ്യവല്ക്കരണം പ്രധാനമായും നടപ്പിലാക്ക പ്പെട്ടു. ശരാശരി ഒരു മൂലഗണി കർഷകൻ മൊത്തം ഉല്പാദനത്തിന്റെ 50 ശതമാനവും ചാലഗണി കർഷകൻ നാല്പതു മുതൽ 50 ശതമാനം വരെയും തങ്ങൾ കൃഷി ചെയ്ത ഭൂമിയിൽനിന്നും കൈപ്പറ്റി.[68] എന്നാൽ ഭൂനികുതിയിലെ വർദ്ധനവ് ഈ വിഭാഗത്തിന്റെ താല്പര്യങ്ങളെ പ്രതികൂ ലമായി ബാധിച്ചു. ഓരോ വർഷവും 1807 നുശേഷം നികുതി ബാക്കിക്കുള്ള വില്പന വർദ്ധിച്ചുകൊണ്ടിരുന്നു. ചില എസ്റ്റേറ്റുകൾ താഴ്ന്ന വിലയ്ക്കു ഒരു വർഷത്തെ നികുതിക്കാണ് വിറ്റുപോയത്. മറ്റു ചിലവ മുപ്പത്തിയഞ്ചു വർഷത്തെ നികുതിക്കു തുല്യമാണ് സംഖ്യക്കും. ശരാശരി വിറ്റുപോയ വില പതിനൊന്നര വർഷത്തെ ഭൂനികുതിക്കായിരുന്നു.[69]

ജെ സ്റ്റോക്ക് നടത്തിയ കണക്കുപ്രകാരം കാർഷിക സമൂഹത്തിന്റെ വിതരണം നികുതിക്കനുസരിച്ചും റവന്യൂ രജിസ്റ്റർ പ്രകാരവും ഇപ്രകാ രമായിരുന്നു. ഭൂവുടമകളായി 45534 പേരായിരുന്നു. അത് ഏറ്റവും ചെറി യവർ മുതൽ വൻകിട വർഗ്ഗദാർ ഭൂവുടമകൾ വരെ ഉൾക്കൊണ്ടിരുന്നു. അവരുടെ വിതരണം ഇപ്രകാരമാണ്.[70]

10 കക്ക് താഴെ നികുതി വരുന്ന പട്ടയങ്ങൾ	21347
10-30 ക ക്കിടയിൽ പട്ടയങ്ങൾ	10944
30-50 ക ക്കിടയിൽ പട്ടയങ്ങൾ	5584
50-100 ക ക്കിടയിൽ പട്ടയങ്ങൾ	4901
100-250 ക ക്കിടയിൽ പട്ടയങ്ങൾ	2212
250-500 ക ക്കിടയിൽ പട്ടയങ്ങൾ	377
500-1000 ക ക്കിടയിൽ പട്ടയങ്ങൾ	98
1000 ക അതിനും മീതെ പട്ടയങ്ങൾ	21
ആകെ	45534

ഇത്തരത്തിലുള്ള വിതരണം മേലേത്തട്ടിൽ ഭൂമിയുടെ കുത്തക ചില വൻ ഉടമകളിൽ നിലനിന്നുവെന്നതാണ്. അവർക്കു കീഴിൽ ആയിരക്ക ണക്കിൽ ചാലഗണി കർഷകർ. താല്ക്കാലിക കൈവശക്കാർ വിവിധതരം ഭൂഅവകാശങ്ങളിൽ കൃഷി നടത്തിയെന്നും കാണാം. അവർ സ്റ്റെയിറ്റിനു നികുതിയും ഭൂവുടമകൾക്കും പാട്ടവും ഉണ്ടാക്കിക്കൊടുത്തു. ഈ ഭൂവുട മകളുടെ സാമ്പത്തിക സ്ഥിതി മുമ്പ് കളക്ടർ കോമിൻ വിശകലനം ചെയ്തിരുന്നു. ഒരു ശതമാനം മാത്രമാണ് അവരിൽ സമ്പന്നവിഭാഗത്തിൽ ഉൾപ്പെട്ടിരുന്നത്. എട്ടിൽ ഒന്നു വരുന്നവർ സാമ്പത്തികമായി നല്ല നില യിൽ ആയിരുന്നു. എന്നാൽ അവരിൽ പകുതി ദരിദ്രരായിരുന്നു. അവർക്കു കടം വരുത്താതെ ഉപജീവനം നടത്താൻ കഴിഞ്ഞു. അവരിൽ 35% വളരെ

ദരിദ്രരായിരുന്നു. അവർ കച്ചവടക്കാർക്കും പണമിടപാടുകാർക്കും കട
പ്പെട്ടിരുന്നു.[71] ഈ വിഭാഗമാണ് ഗ്രാമീണ ദാരിദ്ര്യത്തിനു ഇരയായ
പാപ്പർമാർ.

ഇത്തരത്തിൽ "കർഷകരുടെ" അഥവാ ഭൂവുടമകളുടെ ഒരു വർഗ്ഗീ
കരണം നടത്തുമ്പോൾ ഒരു വലിയ വിഭാഗം മൂലഗണി, കായഗണി, വൈദ
ഗണി, ചാലഗണി എന്നീ അവകാശങ്ങളിൽ കൃഷി ചെയ്തവരായിരുന്നു.
അത്തരത്തിലുള്ളവരെ റവന്യൂ രജിസ്റ്ററിൽ ഉൾപ്പെടുത്തിയിരുന്നില്ല. അതി
നാൽ ആ വിഭാഗത്തിന്റെ സാമ്പത്തിക നില വിവരിക്കുവാൻ കഴിഞ്ഞിരു
ന്നില്ല.

ചെറിയ തോതിൽ നികുതി നൽകിയിരുന്നവരെപ്പോലെ അവരിൽ
പകുതിപ്പേർ അല്ലെങ്കിൽ അതിലുമധികം പേർ ദരിദ്ര പരിതഃസ്ഥിതിക
ളിൽ രണ്ടറ്റവും കൂട്ടിമുട്ടിക്കാൻ കഴിയാത്തവിധം അഥവാ ജന്മിമാരുടെ
ആവശ്യങ്ങളും ജീവിതനിർവ്വഹണവും സാധിപ്പിക്കുവാൻ വളരെ വിഷമ
ങ്ങൾ സഹിച്ചു. കൊളോണിയൽ സ്റ്റെയിറ്റിന്റെ കീഴിൽ എപ്പോഴും സംഭ
വിച്ചിട്ടുള്ള ഉല്പന്നങ്ങളുടെ വിലയിലെ മാറ്റം ഗ്രാമീണ ദാരിദ്ര്യം വർദ്ധി
പ്പിച്ചു. നികുതി നിശ്ചയിച്ച കാലത്തെ വിലയിലും പലപ്പോഴും വലിയ
തകർച്ചകളാണ് 19-ാം നൂറ്റാണ്ടിൽ ഉല്പന്നങ്ങളുടെ വിലയിൽ സംഭവിച്ച
ത്.[71a] സ്വാഭാവികമായി ഉല്പാദന മിച്ചത്തിന്റെ വലിയ ഭാഗം സ്റ്റേറ്റ് നികു
തിയായി പിരിച്ചെടുത്തു. കൂടാതെ ഉപ്പ്, പുകയില തുടങ്ങിയ വസ്തു
ക്കൾക്ക് കൊളോണിയൽ സ്റ്റേറ്റ് വലിയ നികുതി കെട്ടി. അതും ഗ്രാമീണ
ദാരിദ്ര്യം വിപുലപ്പെടുത്തി. ആയതിനാൽ കൊളോണിയൽ ഘട്ടത്തിന്റെ
നികുതി നയം ഇത്തരം കാരണങ്ങളാൽ കാർഷിക പുരോഗതി ഉണ്ടാക്കി
യില്ല. തെറ്റായ കണക്കുകളും സിദ്ധാന്തങ്ങളുമാണ് സ്റ്റേറ്റ് അടിസ്ഥാനമാ
ക്കിയെടുത്തത്.

മൺറോ സമ്പ്രദായം തെറ്റു നിറഞ്ഞതായിരുന്നു. വിജയനഗരരീതിയെ
"ചരിത്രപരമായി" മൺറോ പുനർനിർമ്മിച്ചതു മറ്റൊരബദ്ധമായിരുന്നു.[72]
ഭരണകർത്താക്കളിൽ ആരും കടത്താസ് എന്നു പറയുന്ന കറുത്ത പുസ്ത
കങ്ങളിൽ മൂലവർഗ്ഗക്കാർ എഴുതിവെച്ചതെന്താണെന്നു പരിശോധിക്കു
കയോ ചോദ്യം ചെയ്യുകയോ ചെയ്തില്ല. അവർ കടത്താസ് നഷ്ടപ്പെട്ടു
വെന്നോ തീപിടിപ്പിച്ചുവെന്നോ മാത്രം പറഞ്ഞു. ആയതിനാൽ ഭൂവുടമാ
വർഗ്ഗം ഈ ചരിത്രപരമായ മാറ്റത്തിന്റെ ഘട്ടത്തിൽ എല്ലാ ഗ്രാമങ്ങളിലും
തങ്ങളുടെ ഭൂവുടമസ്ഥത നിലനിർത്തി. മൺറോ സൂചിപ്പിച്ചതു പ്രകാര
മുള്ള കറുത്ത പുസ്തകം ഗ്രാമങ്ങളിൽ നിലനിന്നിരുന്നുവെന്നതു സംശ
യകരമാണെന്നാണ് ഒരു ദശകത്തിലധികം കർണ്ണാടകത്തിൽ കളക്ടറായി
പ്രവർത്തിച്ച ജോൺ സ്റ്റോക്ക് അഭിപ്രായപ്പെട്ടിട്ടുള്ളത്.[73] എന്നാൽ ഈ
ഘട്ടമാവുമ്പോൾ ഒരു നൂറ്റാണ്ടോളം കഴിഞ്ഞുപോയിരുന്നതിനാലും ബ്രിട്ടീ
ഷുകാരുടെ കാർഷിക നയം വലിയ തോതിൽ വേരുറച്ചുപോയിരുന്നതി
നാലും വർഗ്ഗദാർമാരെത്തന്നെ ഭൂവുടമസ്ഥരായി പരിഗണിക്കേണ്ടിവന്നു.
ഗ്രാമീണ ജീവിതത്തിൽ ഈ വിഭാഗം തന്നെ അധികാരസ്ഥരായി തുടർന്നു

വന്നു. ഗ്രാമത്തിൽ പട്ടേൽ, ശ്യാൻഭോഗ് എന്നിവർ ഈ വിഭാഗത്തിൽ നിന്നു തന്നെ റിക്രൂട്ട് ചെയ്യപ്പെട്ടു. ഇവരിലൂടെയാണ് ബ്രിട്ടീഷുകാർ തങ്ങളുടെ നയം നടപ്പിലാക്കിയത്. ക്രമേണ രാഷ്ട്രീയാധികാരമുണ്ടായിരുന്ന നാട്ടുകൂട്ടങ്ങളുടെ അധികാരം നഷ്ടപ്പെട്ടുവന്നു. ബ്രിട്ടീഷ് നിയമങ്ങളും നീതിന്യായവും ക്രമേണ സ്വീകരിക്കുകയും ചെയ്തു. എന്നാൽ മതപരമായ, അനുഷ്ഠാനപരമായ കൂട്ടായ്മകൾ കഴകങ്ങളും മറ്റും നാട്ടുകാരുടെ സാംസ്കാരിക ജീവിതത്തിന്റെ ഭാഗമായി തുടർന്നുവന്നു.[74]

ഭൂകുത്തക (ലാൻഡ് മൊണോപ്പൊളി)

ദക്ഷിണേന്ത്യയിൽ നിലനിന്നിരുന്നതുപോലെയുള്ള സ്ഥാപനങ്ങൾ തന്നെയായിരുന്നു ഭൂകുത്തകയായി സൗത്ത് കനറയിലും നിലനിന്നിരുന്നത്. ഹിന്ദുമതത്തിലെ ഉയർന്ന തട്ടിലെ ജാതിക്കാരായ ബ്രാഹ്മണർ, നായന്മാർ, സാമന്തർ, എന്നിവരാണ് ഭൂമിയുടെ കുത്തകക്കാർ. അവരെക്കൂടാതെ ക്ഷേത്രങ്ങൾ, ബ്രാഹ്മണരും, ജൈനരും നായരും ബഹുജനങ്ങൾക്കുവേണ്ടി ഭരണം നടത്തി. യഥാർത്ഥത്തിൽ അവയും ഭൂകുത്തകകളായി തുടർന്നു വന്നു. കർണ്ണാടകത്തിൽ ഇംഗ്ലീഷ് ഈസ്റ്റിന്ത്യാകമ്പനി രാജ്യാധികാരം കൈവശപ്പെടുത്തിയപ്പോൾ അവിടുത്തെ ഭൂമി മുഴുവൻ രാഷ്ട്രീയാധികാരം കൈയാളുന്നവരും പുരോഹിതന്മാരായ വിഭാഗത്തിന്റെ കുടുംബങ്ങളു മാണ് കൈവശം വെച്ചിരുന്നത്. സാമൂഹ്യഘടനയിൽ അവർ ഉയർന്ന ജാതി ക്കാരായിരുന്നതിനാൽ ധാരാളം സ്വാധീനം ഉൾക്കൊണ്ട വിഭാഗമായിരുന്നു. അവർ ഭൂമി കൂടി നിയന്ത്രിച്ചിരുന്നതിനാൽ ഏറ്റവും പ്രധാനികളളായി ത്തീർന്നു. ചുരുക്കത്തിൽ അവരുടെ ജാതിയും ഭൂമിയുടെ സ്ഥിതിയും ഒരേ വിധമായിരുന്നു. എന്നാൽ മധ്യകാലീനമായ ഭൂഘടനയിൽ ഒരു മാറ്റം വന്നത് കൊളോണിയൽ ഭരണത്തിനു കീഴിലാണ്. അതാകട്ടെ നിർബ്ബ ന്ധപൂർവ്വമുള്ള ഭൂവില്പനയും ഭൂമിയുടെ വാണിജ്യവല്ക്കരണവും കാര ണമായിരുന്നു. ഭൂമി സംബന്ധിച്ച കൊളോണിയൽ റവന്യൂ നിയമങ്ങളും സമ്പ്രദായങ്ങളും അധഃസ്ഥിതജാതിക്കാർക്കും മുസ്ലീം വിഭാഗം പോലുള്ള വിഭിന്നമതക്കാർക്കും തങ്ങളുടെ വാണിജ്യപരമായ മൂലധനം ഭൂമിയിൽ നിക്ഷേപിക്കുവാൻ അവസരമുണ്ടാക്കിക്കൊടുക്കുകയും ഭൂവുടമകളായി അവരെ മാറ്റുകയും ചെയ്തു. ഈ മാറ്റങ്ങൾ 19-ാം നൂറ്റാണ്ടിന്റെ അവസാനത്തിൽ കൂടുതൽ ശക്തിയാർജ്ജിക്കുകയും 1903 ലെ സർവ്വേ സെറ്റിൽമെന്റ് റെക്കോർഡുകളിൽ ധാരാളം മുസ്ലീങ്ങളുടെ പേരുകൾ ഭൂകുത്തകക്കാരായി സൗത്ത് കനറയിൽ പ്രത്യക്ഷപ്പെടുകയും ചെയ്തു.

3

സൈനിക ഭൂവുടമ (ഫീഫ്) കോടോത്തു കുടുംബം

ഇവിടെ ഭൂകുത്തകക്കാരായി കുടുംബങ്ങളുടെ ചില മാതൃകാപഠന ങ്ങൾ കാർഷികരംഗത്തുള്ള അവരുടെ പ്രവർത്തനങ്ങൾ വെളിപ്പെടുത്തു വാൻ ഉപയോഗിക്കുന്നു. മദ്ധ്യകാല സ്റ്റേറ്റിൽനിന്നും ഫീഫ് (ഫ്യൂഡൽ ഭൂഅവകാശം) നേടിയിട്ടുള്ളവരാണ് ചില കുടുംബക്കാർ. അവർക്കു നിയമ പരിപാലനവും സംരക്ഷണവും എന്നുള്ള സ്റ്റേറ്റിന്റെ ഉത്തരവാദിത്വം ഉണ്ടാ യിരുന്നു. അവർ സൈനികപരിശീലനം നടത്തുന്ന കളരികൾ സ്ഥാപിച്ചി രുന്നു. ഇത്തരത്തിലുള്ള വൻകിട ഭൂവുടമകളെ സഹായിക്കുന്ന വിധത്തിൽ അനേകം ചെറുകിട നായർ കുടുംബങ്ങൾക്കും വിവിധ ഗ്രാമങ്ങളിൽ ഭൂമി നല്കിയിരുന്നു. ഗ്രാമഭരണത്തിൽ ഈ ഏജൻസികളുടെ സഹായം ബ്രിട്ടീ ഷുകാരും സ്വീകരിച്ചുവന്നു. ശ്യാനഭോഗന്മാരും പട്ടേൽമാരും ഇത്തരം കുടുംബത്തിൽനിന്നും അധികാരത്തിലെത്തി. പുരോഹിതരായ ബ്രാഹ്മണ വിഭാഗത്തിൽപ്പെട്ടവർ മഞ്ചീശ്വരത്തെ അനന്തേശ്വര ക്ഷേത്രം, കാസർഗോട്ടെ എടന്നീർ മഠം (കേശവാനന്ദഭാരതി) തുടങ്ങിയവ ഭൂവുടമ കളായി വൻകിട ഭൂസ്വത്തുക്കൾ കൈകാര്യം ചെയ്തു. ഇവർ മതസംര ക്ഷകരെന്ന നിലയിൽ ക്ഷേത്രഭൂമിയും കൈകാര്യം ചെയ്യുന്നവരായിരുന്നു. ചില സ്ഥാപനങ്ങൾ രാഷ്ട്രീയാധികാരം കൈകാര്യം ചെയ്ത മുമ്പത്തെ സ്വരൂപങ്ങൾ ആയിരുന്നു. ഭരണാധികാരികളെന്ന നിലയിൽ ഗ്രാമങ്ങളിൽ അവർക്കു തങ്ങളുടേതായ ചേരിക്കല്ലുകൾ ഉണ്ടായിരുന്നു. രാജഭരണം അവ സാനിപ്പിച്ചപ്പോഴും അവർ ഭൂവുടമകളായിത്തുടരുകയും ഭൂമി സംരക്ഷി ക്കുകയും ചെയ്തുവന്നു. ഭരണാധികാരികളെന്ന നിലയിൽ അവർ ക്ഷേത്ര ങ്ങൾക്കു മീതെയും സ്വാധീനം നിലനിർത്തി.

കാസർഗോട്ടെ ഭൂവുടമകളിൽ ഒരു വിഭാഗം പ്രധാനമായും മദ്ധ്യ കാലത്തെ വിക്ഷുബ്ധമായ രാഷ്ട്രീയ സ്ഥിതിയിൽ ഉയർന്നുവന്നതാണ്.

വിജയനഗര ഭരണാധികാരികൾ പലപ്പോഴും കോലത്തിരിയുടെ വടക്കൻ ഭാഗങ്ങൾ കീഴടക്കുവാൻ പരിശ്രമിച്ചിരുന്നു. ഇക്കേരി നായക്കന്മാർ പിന്നീടു തങ്ങളുടെ അധികാരവ്യാപ്തിക്കു ഇത്തരം ഏറ്റുമുട്ടലുകൾ നടത്തിവന്നു. വിജയനഗര സൈന്യത്തിനെതിരായ ഒരു ഏറ്റുമുട്ടലിൽ കോലത്തിരി കോഴി ക്കോട്ടെ സാമൂതിരിപ്പാടിന്റെ സൈനിക സഹായം ആവശ്യപ്പെട്ടു. കാസർകോട്ടെ ഒരു നായർ പ്രഭു കുടുംബമെങ്കിലും ചരിത്രത്തിന്റെ ഈ ഘട്ടങ്ങളിലേക്ക് തങ്ങളുടെ ഉത്ഭവം പരിഗണിക്കുന്നു. സാമൂതിരിയുടെ കീഴിലെ ചാവക്കാട്ടിലെ വന്നേരിയിൽ നിന്നും ഒരു ചന്ദ്രശേഖരൻ ഗുരു ക്കൾ ഇത്തരം സൈന്യത്തിന്റെ നാഥനായി ഇവിടേക്കയക്കപ്പെട്ടു. വിജയ നഗരത്തിന്റെ അഥവാ ഇക്കേരി സൈന്യവുമായുള്ള നീണ്ട ഏറ്റുമുട്ടലിനു ശേഷം കോലത്തിരി തന്റെ അതിർത്തിയായ കൊളത്തൂർ ഗ്രാമത്തിലെ വാരിക്കുളത്ത് ഒരു ഫീഫ് (ഭൂമി) ചന്ദ്രശേഖരൻ ഗുരുക്കൾക്ക് നല്കി. ഗുരു ക്കൾ അവിടെ നിയമപരിപാലനവും മറ്റും നടത്തി കർണ്ണാടകക്കാരുടെ ആക്രമണം തടഞ്ഞു നിർത്തി. പിന്നീടയാൾ തന്റെ കളരിയും ഭരണവും കോടോത്തു ഗ്രാമത്തിലേക്കു മാറ്റി അവിടെ താമസമാക്കി. അയാൾ പൊടോട്ടുക്കം ഗ്രാമത്തിൽ വേങ്ങയിൽ എന്ന നായർ കുടുംബത്തിലെ രണ്ടു സഹോദരിമാരെ ദത്തെടുത്തു. മൂത്തസഹോദരി അമ്മയെ സന്ദർശിച്ചു മടങ്ങിയെത്തിയപ്പോൾ അനുജത്തി തന്റെ ഭവനത്തിൽ പ്രവേ ശനം നല്കിയില്ല. ഈ സഹോദരിയിൽ നിന്നാണ് കോടോത്തു കിഴക്കെ വീട്ടിൽ എന്ന പ്രമുഖ ജന്മികുടുംബം ആരംഭിച്ചത്. കുടുംബാംഗങ്ങൾ പ്രാദേശിക ദൈവമായ ചാമുണ്ഡിയെ കുലദൈവമാക്കി ആരാധിച്ചു.ഒരു ബ്രാഹ്മണനായ കോടത്തോറുവിന്റെ സ്വത്തുക്കൾ ഈ കുടുംബം ബലാ ല്ക്കാരമായി പിടിച്ചെടുത്തു. പ്രാദേശിക മണിയാണി കുടുംബങ്ങളായ അയരോടൻ, മേക്കോടൻ, വേങ്ങര, പുങ്കലു എന്നിവരുടേതും ഇത്തര ത്തിൽ പിടിച്ചടക്കപ്പെട്ടു. ഇപ്പോഴും ചാമുണ്ഡി ദൈവത്തിന്റെ അനുഷ്ഠാ നച്ചടങ്ങുകളിൽ ഈ മണിയാണി കുടുംബങ്ങളുടേതായ അനുഷ്ഠാനങ്ങൾ പാരമ്പര്യമായി നിലനിന്നുവരുന്നു. ഈസ്റ്റിന്ത്യാകമ്പനി നികുതി കെട്ടിയ പ്പോൾ ഈ ഗ്രാമം മുഴുവൻ ഇവരുടേതായി മൂലവർഗ്ഗദാരായി സ്ഥിരപ്പെ ടുത്തി. ഈ കുടുംബങ്ങൾക്ക് ചന്ദ്രശേഖരൻ ഗുരുക്കളുടെ കളരി, ക്ഷേത്രം പോലെ പുണ്യസങ്കേതമാണ്. പ്രത്യേക അവസരങ്ങളിൽ അയാളുടെ പ്രതിമ കളരിയിൽ ആരാധിച്ചുവരുന്നു. കളരിയിൽ ഗുരുക്കളോടൊപ്പം കുണ്ടുംകുഴി അപ്പനെ (ശിവനെയും) ആരാധിച്ചുവരുന്നു.

കോടോത്തുകുടുംബവും ഭൂമിയുടെ മാനേജ്മെന്റും

നൂറുകണക്കിൽ കുടിയാന്മാരും പണിയാളന്മാരും ഈ കുടുംബ ത്തിന്റെ കാർഷികോല്പാദനത്തിൽ പങ്കെടുത്തു. ജന്മികുടുംബമാണ ങ്കിലും കാർഷിക കുടുംബത്തിന്റെ പല സ്വഭാവവും ഇവരിൽ കാണാം. അതിന്റെ ഡിമസ്നെ (അധികാരസ്ഥലം) പുനം കൃഷി നടത്തുന്നതിനും കുരുമുളക് കൃഷി നടത്തുന്നതിനും സ്വന്തം രീതികൾ പിന്തുടർന്നു.

അതിന്റെ കീഴിലെ ഓരോ പ്രദേശത്തും പ്രത്യേകം പത്തായപ്പുരകൾ സ്ഥാപിച്ചു. ഓരോ ചേരിക്കലും ഒരു മേലാളർ അഥവാ മണിയാണിയുടെ കീഴിലാക്കി. വേട്ടുവൻ, മാവിലൻ, പുലയൻ തുടങ്ങിയവരെ ഓരോ ചേരി ക്കല്ലിലും കീരൻ അഥവാ കാരയന്റെ കീഴിൽ കൊണ്ടുവന്നു. അത്തര ത്തിൽ ഓരോ കാരയനും 40 മുതൽ 50 വരെ വേട്ടുവൻ കുടുംബങ്ങളെ മേൽനോട്ടം ചെയ്തു. ക്രയാത്തി സ്ത്രീ തൊഴിലാളികളെ മേൽനോട്ടം ചെയ്തു. എല്ലാ കാർഷിക ജോലികളും പൂർത്തിയാക്കുകയും പത്തായ ത്തിൽ വിളവുകൾ നിറയ്ക്കുകയും ക്രായന്റെ ഉത്തരവാദമായിരുന്നു. ഇരു പതാം നൂറ്റാണ്ടിന്റെ ആദ്യം കോടോത്തു ഗ്രാമത്തിൽ മാത്രം ഇത്തരം 30 ക്രായന്മാർ ഉണ്ടായിരുന്നു. ഒരു കാരയനെ നിയമിക്കുന്നതിൽ ഒരു നീണ്ട അനുഷ്ഠാനമുണ്ടായിരുന്നു. ഇവ തെയ്യവുമായി ബന്ധപ്പെട്ടിരുന്നു. ഒരു വെള്ളിവള, ഒരു ചുകന്ന പട്ട് എന്നിവ അധികാര ചിഹ്നമായി ഭൂവുടമ നല്കി. ഭൂവുടമ അയാൾക്ക് ഉടയോർ, തമ്പുരാൻ ആയിരുന്നു. മലയാള ത്തിൽ അതു ദൈവത്തെ പ്രതിനിധീകരിച്ചു. ഫ്യൂഡൽ ബന്ധത്തിന്റെ ഒരു സ്വഭാവമായിരുന്നു ഭൂവുടമയെ ദൈവത്തിനു സമാനമാക്കൽ.

ക്രായൻപട്ടം സ്വീകരിച്ചു കഴിഞ്ഞാൽ അയാൾ തന്റെ ജാതിക്കൂട്ടാ യ്മയ്ക്ക് ഒരു സദ്യ കൊടുക്കണം. സ്വന്തം പട്ടത്തിനെന്നാണ് പറയാറ്. അതിനുശേഷം അയാൾ ഭൂവുടമയുടെ മാനേജരും ജാതിയുടെ പുരോ ഹിതനുമായി പ്രവർത്തിക്കുന്നു. ചാമുണ്ഡി അമ്മയ്ക്കും പിതൃക്കൾക്കും നേർച്ച നടത്തേണ്ട ഉത്തരവാദം ക്രായനാണ്. ദൈവമുണ്ടാക്കുന്ന കോപ ങ്ങൾക്കു അയാൾ പ്രതിവിധി കാണണം. കാർഷികമായ അടിമത്തവും ഉല്പാദനബന്ധങ്ങൾ ശക്തമാക്കുവാനും വേണ്ടിയാണ് ഭൂവുടമകൾ ക്രായന്റെ ദൈവിക ബന്ധത്തെ ശക്തമാക്കിയത്. ഗുളികൻ, കരിഞ്ചാമുണ്ഡി, കുറത്തി, വിഷ്ണുമൂർത്തി, പഞ്ചുരുളി, തുവക്കാലി എന്നീ നാട്ടുദൈവങ്ങ ളെയാണ് തൊഴിൽ സമൂഹം ആരാധിച്ചത്. കോടോത്തിന്റെ കുടുംബ ഭര ദേവതയും ചാമുണ്ഡിയാണ്.

തറവാട്ടു വീട്ടിലുള്ള രണ്ടു വലിയ പത്തായപ്പുര മുറികൾക്കു മുമ്പിൽ ചാമുണ്ഡിയുടെ ആരാധനാകേന്ദ്രം കൂടി കാണാം. ഭൂവുടമയ്ക്കുവേണ്ടി കഠിനാധ്വാനം ചെയ്യണം എന്ന ഒരു ആശയവും പ്രചരിപ്പിക്കപ്പെട്ടിട്ടുണ്ട്. അവർ രോഗികളായിരിക്കുമ്പോഴും അദ്ധ്വാനിച്ചില്ലെങ്കിൽ ചാമുണ്ഡി പിടി കൂടി ഉപദ്രവിക്കുമെന്നവർ വിശ്വസിച്ചു. തൊഴിൽക്കൂട്ടായ്മയെ കൂടുതൽ ചൂഷണം ചെയ്യാനുള്ള ഒരാശയവും ഇത്തരത്തിൽ അധീശവർഗ്ഗം പ്രച രിപ്പിച്ചിരുന്നു. ഈ ദൈവത്തിന്റെ ആരാധനയും അനുഷ്ഠാനവും എല്ലാം ഇതിനുവേണ്ടിയായിരിക്കണം. ഓരോ വാർഷികോത്സവവും അതനുസ്മ രിപ്പിച്ചിരിക്കാം. ഈ ദൈവങ്ങൾ ഒരു സുരക്ഷാവാൾവുപോലെ അവരുടെ കലാപങ്ങളും പ്രതിഷേധങ്ങളും ഇല്ലാതാക്കിയെന്നു കരുതാം. ബ്രാഹ്മ ണർ ഈ ദൈവങ്ങളെ ഭൂതങ്ങൾ എന്നാണ് വിളിച്ചുവന്നത്. എന്നാൽ പ്രാദേശികസമൂഹങ്ങൾക്ക് പുലയർക്കും വേട്ടുവർക്കും അവ ദൈവമാ ണുതാനും. ആശയപരമായ ഈ വ്യത്യാസം വർഗ്ഗപരമായ വ്യത്യാസം

കാണിക്കുന്നു. ഇരുപതാം നൂറ്റാണ്ടിൽ കമ്യൂണിസ്റ്റുകാരും രാഷ്ട്രീയ പ്രവർത്തകരും തങ്ങളുടെ ഫ്യൂഡൽ വിരുദ്ധസമരത്തിന്റെ ഭാഗമായി ഇത്തരം ആരാധനാകേന്ദ്രങ്ങൾ നശിപ്പിച്ചിരുന്നു.

തൊഴിൽ കൂട്ടായ്മയുടെ മീതെ മറ്റു നിർബ്ബന്ധ സാമ്പത്തിക ബാദ്ധ്യ തകളും കോടോത്തു കുടുംബം അടിച്ചേൽപിച്ചിരുന്നു. പുലയ, മാവില, വേട്ടുവ കുടുംബത്തിന്റെ ജീവിതം തന്നെ അവർ നിർദ്ദേശിച്ച വിധത്തി ലായിരുന്നു. ഒരു വിവാഹം കഴിച്ചാൽ കഴുത്തിൽ കല്ലുമാല ധരിക്കണം. വേട്ടുവർക്കു വെള്ളയും മാവിലർക്കു മഞ്ഞയുമായിരുന്നു നിറം. ഒരാൾ കല്യാണം കഴിഞ്ഞാൽ ജന്മിഗൃഹത്തിലേക്കു ആട്ടവും പാട്ടുമായി പെണ്ണിനെ എഴുന്നള്ളിക്കണം. കാഴ്ചയായി അവൾ അരി, വെറ്റില, അടയ്ക്ക കാഴ്ച വെച്ചു. ക്രായന്റെ നേതൃത്വത്തിൽ ആ ജാതിക്കാർ മുഴു വൻ എഴുന്നള്ളത്തിൽ പങ്കെടുക്കണം. ജന്മിയപ്പോൾ പത്തിടങ്ങഴി നെല്ലും രണ്ടുനാഴി എണ്ണയും രണ്ടുറുപ്പികയും അവൾക്കു നല്കുന്നു. പുരുഷന്റെ വിവാഹത്തിനു ഭൂവുടമ പുടവയും ഒമ്പതുപറ നെല്ലും നല്കുന്നു. ഒരു പെണ്ണിന്റെ വിവാഹത്തിനു ഇത്തരത്തിൽ സമ്മാനം നല്കുന്നില്ല. കാരണം അവളുടെ അദ്ധ്വാനം ജന്മിക്കു നഷ്ടപ്പെടുമെന്നതു തന്നെ.

ഇത്തരത്തിൽ ആണും പെണ്ണും തമ്മിലുള്ള വ്യത്യാസം പ്രകടമായി നിലനിന്നിരുന്നു. ഒരു പെണ്ണാൾ പെണ്ണിനെ പ്രസവിച്ചാൽ ജോലിയിൽ നിന്നു അഞ്ചു ദിവസം ഒഴിവു നല്കി. അഞ്ചിടങ്ങഴി നെല്ലും മുണ്ടും എണ്ണയും നല്കി വന്നു. ആൺകുട്ടിയാണെങ്കിൽ പത്തു ദിവസം ഒഴിവും പത്തിടങ്ങഴി നെല്ലും നാലുനാഴി എണ്ണയും മുണ്ടും നല്കിവന്നു. ഇതു പെൺകുട്ടിയെയാണ് ജന്മി അഭികാമ്യമായി കരുതിയതെന്നാണ് കാണി ക്കുന്നത്. കൂലിയിലും ഇത്തരത്തിൽ വ്യത്യാസം നിലനിന്നിരുന്നു. ഒരാ ണിനു ഒരു ദിവസം രണ്ടിടങ്ങഴി നെല്ലായിരുന്നു കൂലി. പെണ്ണിനു രണ്ടു നാഴി നെല്ലും. ഭർത്താവില്ലാത്ത പെണ്ണിനെ ഒറ്റക്കാരത്തി എന്നുവിളിച്ചു വന്നു. അവൾക്കു മൂന്നു നാഴി നെല്ലാണ് കൂലി.

മൂന്നുദിവസത്തെ ജോലിക്കാണ് വല്ലി കണക്കാക്കിയത്. മൂന്നു വല്ലിക്കു ശേഷം 10-ാം ദിവസം തൊഴിലാളിക്കു അയാൾക്കു വേണ്ടി സ്വന്തം പണിയെടുക്കാം. ഒഴിവുദിവസത്തിനു കൂലിയില്ലായിരുന്നു. മടിയൻ കുലോത്തെ കലശം പാട്ടുത്സവത്തിനു മൂന്നുദിവസം ഒഴിവു ധനുമാസ ത്തിലും ഇടവമാസത്തിലും ലഭിച്ചിരുന്നു. മകരം കുംഭത്തിലും 6 ദിവസം ഒഴിവ് കൊടുത്തിരുന്നു. കൂടാതെ കുടിൽ കെട്ടുവാൻ കൂടി ഒരു ദിവസം ഒഴിവനുവദിച്ചു. കുടിൽ റിപ്പയർ ചെയ്യുവാനും ഇതു നല്കിയിരുന്നു. പ്രത്യേക ഒഴിവ് അഥവാ മെനക്കേട് ജന്മി അനുവദിച്ചിരുന്നു. വിഷുദിവസം ഒരാൾക്കു രണ്ടു മുണ്ടും പെണ്ണിനു രണ്ടുപുടവയും നല്കി. അവരുടെ കുടിൽ സ്ഥലത്തു ആദ്യമായുണ്ടാക്കുന്ന വിളവ്, പച്ചക്കറി ഭൂവുടമയ്ക്കു നല്കിവന്നു.

ഇവരുടെ മേൽനോട്ടം നടത്തുന്ന മേലാളന്മാർക്കു പുനം അഥവാ കൈക്കോട് 15 വിത്തിടുന്ന സ്ഥലം അനുവദിച്ചിരുന്നു. ജന്മിയുടെ വിളവിന്റെ

വേലിക്കടുത്താണിത്. അതുപോലെ തൊഴിൽ കൂട്ടത്തെ തരിശു കൃഷിക്കു പരുവലിനു സ്ഥലം നല്കി. വന്നു. അതിനു മുൻകൂറായി 10 ഇടങ്ങഴി വിത്തും പണവും നല്കി വന്നു.[75]

ഭൂവുടമ ഒരു മേലാളനു രണ്ടിടങ്ങഴി നെല്ലു ദിവസക്കൂലി നല്കിവന്നു. വിഷുവിനു അവർക്കു രണ്ടു മുണ്ടും രണ്ടു പുടവയും നല്കി. ഉല്പാദന ത്തിനു ഉത്തരവാദി ക്രായനും മേലാളനുമായിരുന്നു. ഉല്പാദനം വർദ്ധി പ്പിക്കുവാൻ ചില പ്രത്യേക ഏർപ്പാടുകൾ കോടോത്തു ജന്മി ഏർപ്പെടുത്തി. ജന്മി കുടുംബത്തിലെ ഒരു സ്ത്രീയെ കല്യാണം കഴിച്ചുകൊടുക്കുമ്പോൾ ഭർത്താവിനു കുറെ അടിമകളെയും തരിശുഭൂമിയും വിട്ടുകൊടുത്തു. ഈ രീതി കുടുംബത്തെ അഭിവൃദ്ധിപൂർവ്വം നിലനിർത്തി. മറ്റു പലരുടെയും ഭൂമി ബ്രിട്ടീഷു ഭരണത്തിൽ വിറ്റുപോയപ്പോൾ ഇവർക്കു ഭൂമി സംരക്ഷിച്ചു നിർത്തുവാൻ കഴിഞ്ഞു.

നൂറുകണക്കിൽ ഇവർക്കു പാട്ടക്കുടിയാന്മാർ ഉണ്ടായിരുന്നു. അവ രുടെ ഭൂമി പലതും വാക്കാൽ ചാർത്തു നല്കിയവയായിരുന്നു. നിലത്തിനു നെല്ലു വാരമായും തോട്ടത്തിനു പണം പാട്ടമായും അവർ നല്കി. അവർക്കു സ്ഥിരാവകാശമുണ്ടായിരുന്നില്ല. മര്യാദ പാട്ടമോ സ്വതന്ത്ര കൈമാറ്റമോ ഉണ്ടായിരുന്നില്ല. അവർ ഭൂവുടമയുടെ ചൂഷണത്തിന്റെ ഇര കളായിരുന്നു.

ഭൂവുടമ തന്റെ വാരം കിട്ടിയ നെല്ല് പലിശയ്ക്കു കൊടുത്തു വർദ്ധി പ്പിച്ചിരുന്നു. ജൂൺ ജൂലൈ മാസം തന്റെ കുടിയാന്മാർക്കും കൂലിക്കാർക്കും നെല്ലു പലിശയ്ക്കു നല്കി. 10 പറ നെല്ലിന് വിളവെടുപ്പുകാലം 12 പറ നല്കണം. (സെപ്തംബർ, ഒക്ടോബർ) ഈ മുൻകൂർ പലിശയ്ക്കു നെല്ലു സ്വീകരിക്കാതിരിക്കുന്നവർക്കു പിഴചുമത്തി. വലിയ പിഴ തന്നെ ചിലപ്പോൾ നല്കണം. സ്വന്തം വീട്ടിനുള്ളിലേക്കുള്ള പ്രവേശനം തന്നെ ചിലപ്പോൾ ചാമുണ്ഡിയുടെ പേരിൽ വിലക്കിവന്നു. അയാളെ ചാമുണ്ഡി സ്ഥാനത്തു സത്യം ചെയ്യാൻ നിർബ്ബന്ധിച്ചു. കോടോത്തു കളരിയിൽ ദൈവസ്ഥാനത്തു വിളക്കിന് എണ്ണ പിഴയാക്കിച്ചുമത്തി. മതവും അനുഷ്ഠാനവും കൂട്ടിക്കു ഴിച്ചു പലിശ എളുപ്പം വസൂലാക്കാൻ ഭൂവുടമയ്ക്കു സാധിച്ചു. നിർബ്ബന്ധ മായ പലിശയ്ക്കു കൊടുക്കൽ നെല്ലു ചീത്തയാകാതെ വർഷങ്ങൾതോറും മുന്നോട്ടുകൊണ്ടുപോയി. അല്ലാത്ത പക്ഷം നെല്ല് നശിക്കുമായിരുന്നു.

പല ജന്മി കുടുംബങ്ങളിലും ഇതിനു തുല്യമായ ഭൂമി മേല്നോട്ട രീതി നടപ്പിലുണ്ടായിരുന്നു. പ്രാദേശിക മാറ്റങ്ങളുണ്ടായിരുന്നുവെങ്കിലും ഏറക്കുറെ സ്ഥിതി ഇതായിരുന്നു.

വാരം പിരിപ്പിക്കുവാനും കൃഷി നടത്തുവാനും ചില കുടുംബങ്ങ ളിൽ പ്രത്യേകം ഉദ്യോഗസ്ഥരുണ്ടായിരുന്നു. അവർക്കു മരം മുറിക്കൽ, തരിശു കൃഷിക്കനുവദിക്കൽ തുടങ്ങിയ പല കാര്യങ്ങളിലും കാരണവ രിൽ വലിയ സ്വാധീനം ഉണ്ടായിരുന്നു. ഇതു കാരണം അവർക്കും ചില കൈക്കൂലി പറ്റുവാൻ കഴിഞ്ഞു. അവരെല്ലാം ഭൂമിയുടെ മാനേജ്മെന്റിൽ ഫലപ്രദമായി ഇടപെട്ടു. ചിലർ ജന്മിമാരെപ്പോലെ അധികാരം കൈയാളി.

ചിലർക്കു പ്രത്യേകം ചിറ്റാരികൾ (എസ്റ്റേറ്റ്) ഉണ്ടായിരുന്നു. ഭൂമിയുടെ നികുതിയും മറ്റും അവരാണ് നല്കിയത്. അവർക്കു ചെലവഴിക്കാനും അധികാരമുണ്ടായി. കാരണവർ കണക്കുകൾ പരിശോധിച്ചു. ദുർവ്വിനി യോഗം ചെയ്യുമ്പോൾ അവരെ പിരിച്ചുവിട്ടു. പാരമ്പര്യമായി ഉയർന്ന കുടും ബങ്ങളിൽനിന്നായിരുന്നു അവരെ റിക്രൂട്ട് ചെയ്തത്. ഗ്രാമീണ സമൂഹ ത്തിൽ ഇവർ വലിയ അധികാരം കൈയാളിവന്നു. ഭൂമിയുടെ മാനേജ്മെന്റ് വളരെ ഫലവത്തായിരുന്നു. ഭൂമിയുടെ കുടിയായ്മ കൃഷിക്കനുവദിച്ചു. ചിലർ സ്വന്തമായി കൃഷി നടത്തി. സ്വന്തം കൃഷിയിൽ അടിമത്തൊഴിലു പയോഗിച്ചു. ബ്രിട്ടീഷുകാർ അടിമത്തം 1843 ൽ നിയമപരമായി ഒഴിവാക്കി. ചില സ്ഥലങ്ങളിൽ ദേശീയപ്രസ്ഥാനകാലംവരെ തുടർന്നു.

അതിനെതിരെ ദേശീയ നേതാക്കൾ സമരം നടത്തി. നീലേശ്വരം രാജാവ് ചില അടിമകളെ പാട്ടത്തിനു കൊടുത്തിരുന്നു. അതിനെതിരെ കർഷകപ്രസ്ഥാനം 40 കളിൽ പ്രതിഷേധിച്ചിരുന്നു.

ദക്ഷിണ കർണ്ണാടകയിൽ ഇത്തരത്തിൽ ഫ്യൂഡൽ കുലീനതയാണ് തരിശുഭൂമി മേല്നോട്ടം ചെയ്തിരുന്നത്. ഫ്യൂഡൽ കുടുംബങ്ങൾ, രാജ കുടുംബങ്ങൾ, മതസ്ഥാപനങ്ങൾ, വണിക് കുടുംബങ്ങൾ ഭൂമിയുടെ കുത്തക നിലനിർത്തി. ഉല്പാദനത്തിന്റെ മിച്ചവും ഇവരുടെ കൈകളിലാ യിരുന്നു.

4

വർഗ്ഗദാർമാരും ഗ്രാമീണ ദാരിദ്ര്യവും

യൂറോപ്പിൽ ചർച്ച് മദ്ധ്യകാലഘട്ടത്തിലെ ഒരു വലിയ ഭൂവുടമയാ യിരുന്നു. അതിന്റെ സ്വാധീനം കുടിയാന്മാരിൽ മാത്രമല്ല രാഷ്ട്രീയ സ്ഥാപ നങ്ങളിൽക്കൂടി വ്യാപിച്ചിരുന്നു. ഇന്ത്യയിലും മതസ്ഥാപനങ്ങൾ ഇത്തര ത്തിൽ ഭരണകൂടത്തിലും സ്വാധീനം ചെലുത്തിയിരുന്നു. അവ ഉല്പാ ദനം നിയന്ത്രിക്കുകയും ചെയ്തു. ദക്ഷിണ കർണ്ണാടകത്തിൽ പ്രാചീന കാലം മുതൽ ക്ഷേത്രങ്ങളും മതസ്ഥാപനങ്ങളും നിലനിന്നിരുന്നു. അവ ബ്രാഫ്മണമതം പ്രചരിപ്പിച്ചു. സ്റ്റേറ്റ് ഈ സ്ഥാപനങ്ങളെ സംരക്ഷിച്ചു. ബ്രാഫ്മണ സംരക്ഷണം പ്രത്യേകമായി ഏറ്റെടുത്തു. ശാസ്ത്രവിധി പ്രകാ രമാണ് നികുതി നിയമങ്ങൾ. പരാശരന്റെ വേദാരണ്യ സ്മൃതിയെ അടി സ്ഥാനമാക്കി ബ്രാഫ്മണരുടെ ബ്രഫ്മദേയവും ദേവസ്ഥാനവും തരംതിരി ച്ചു.[76] ഈ സ്ഥാപനങ്ങൾക്കു കമ്പനി ഭരണം ഇനാമും തസ്ദീക്കും അനു വദിച്ചു. എന്നാൽ ക്രിസ്തീയ മിഷണറിമാർ പിന്നീടു ഇതിനെതിരെ പ്രതി ഷേധിച്ചിരുന്നു. കർണ്ണാടക ബ്രാഫ്മണരായ ഗൗഡസാരസ്വത ബ്രാഫ്മണ രുടെ ക്ഷേത്രമായ ശ്രീ അനന്തേശ്വര ക്ഷേത്രം മഞ്ചീശ്വരത്തെ ഒരു മദ്ധ്യ കാലീന മതസ്ഥാപനമായിരുന്നു. കാസർഗോട്ടെ പല ഗ്രാമങ്ങളിലും അതിനു സ്വത്തുക്കളുണ്ടായിരുന്നു. ഒരു ഭൂവുടമയെപ്പോലെ അത് ക്ഷേത്ര സ്വത്തുക്കൾ ഭരിച്ചിരുന്നു. അതിന്റെ സ്വത്തുക്കൾ അതൊരു വലിയ ഭൂവു ടമയാണെന്നു തെളിയിക്കുന്നു. കാസർഗോട്ടെ അനന്തേശ്വരക്ഷേത്ര സ്വത്തുക്കൾ (1941 ലെ ക്ഷേത്ര സ്വത്തുക്കളുടെ രജിസ്റ്റർ പ്രകാരം)

ഗ്രാമങ്ങൾ	നിലം	തോട്ടം	തരിശ്	നികുതി
	ഏക്കർ സെന്റ്	ഏക്കർ സെന്റ്	ഏക്കർ സെന്റ്	ഉറുപ്പിക
24	364.71	144.89	158.57	2924.6

പ്രധാനമായും നെൽവയലുകളാണ് കൈയടക്കിയത്. 655 ഏക്കർ സ്വത്തുക്കളിൽ 365 ഏക്കർ (54%) നെൽവയലുകളായിരുന്നു. അത് നാണ്യ വിളകളുടെ കൃഷി പ്രചാരത്തിൽ വന്നിരുന്നില്ലെന്നു കാണിക്കുന്നു. അതി നാൽ വയൽ കേന്ദ്രീകരിച്ച സ്വത്തുക്കൾ ക്ഷേത്രം കൈയടക്കി.

വണിക് വിഭാഗത്തിൽപ്പെട്ട സമൂഹത്തിന്റേതായിരുന്നു ഈ ക്ഷേത്രം. അതിനാൽ ക്ഷേത്രം വയൽ ഭൂമി കൈയടക്കി. ഒരു ഭൂവുടമയെപ്പോലെ കൃഷിക്കാരനെ ഒഴിപ്പിക്കുകയും മത്സരകരമായ പാട്ടം പിരിക്കുകയും ചെയ്തുവന്നു. മറ്റൊരു മതസ്ഥാപനം എളനീർ മഠമായിരുന്നു.[77] മഠം ആദി ശങ്കരാചാര്യരുടെ സ്ഥാപനമെന്നവകാശപ്പെട്ടു. ഉഡുപ്പി, ധർമ്മസ്ഥല, കൊല്ലൂർ, ഉദിനൂർ ക്ഷേത്രപാലൻ, കാഞ്ഞങ്ങാട്ട് മടിയൻ കുലോം, തൃക്ക രിപ്പൂർ ചക്രപാണി ദേവസ്വം തുടങ്ങിയ വലിയ ദൈവസ്ഥാനങ്ങൾ ആയിര ക്കണക്കിൽ ചാലഗണിക്കുടിയാന്മാരുടെ മേല്നോട്ടം വഹിച്ചു ഈ സ്ഥാപ നങ്ങളിൽനിന്നും ട്രസ്റ്റിമാരും സ്വത്തുക്കൾ കൈവശപ്പെടുത്തി. അവർ വൻതോതിൽ പാട്ടം പിരിച്ചെടുത്തു. മറ്റു ഫ്യൂഡൽ പിരിവുകളും പിരിച്ചി രുന്നു. ഗ്രാമീണ ദാരിദ്ര്യത്തെ ഈ മതസ്ഥാപനങ്ങളും ഉപയോഗപ്രദമാക്കി. കൊളോണിയൽ ഭരണം അവർക്കും സൗകര്യപ്രദമായിരുന്നു. ക്ഷേത്ര സ്വത്തുക്കൾ സ്വകാര്യ സ്വത്തുക്കളാക്കാൻ അവർക്കും അവസരം ലഭിച്ചു. പട്ടേൽമാരുടെ സഹായത്തോടെ അവർ ചില പട്ടയങ്ങളുടെ നികുതി ബാക്കി വരുത്തി. പിന്നീടവയെ റവന്യൂ റിക്കവറി ആക്ടിന്റെ (ആക്ട് 1864 II) പരിധിയിൽ കൊണ്ടുവന്ന് വില്പനയ്ക്കു ഒരുക്കുന്നു. ട്രസ്റ്റി ബന്ധു വിന്റെ പേരിൽ ഭൂമി ലേലത്തിനെടുത്തു ബന്ധുക്കളുടെ പേരിൽ "സനത്ത് മിൽകിയാത്ത് ഇസ്തിംഗ്രാർ" ആയി ഉടമയാകുന്നു.

ഇത്തരത്തിൽ നികുതി ബാക്കി ലേലം ജില്ലയുടെ പല ഭാഗങ്ങളിലും പണമിടപാടുകാരെയും കച്ചവടക്കാരെയും ഭൂവുടമയാക്കി. ഇത്തരം മാറ്റ ങ്ങൾ ഗ്രാമീണമായ കുടിപ്പകയ്ക്കും കാരണമായി.[78] കൊളോണിയൽ രീതി യിൽ ഭൂമിയെ ഒരു വില്പനച്ചരക്കാക്കി മാറ്റി. ഭൂമിയിൽ ജന്മിമാരുടെ അവ കാശം ബ്രിട്ടീഷുകാർ കൂടുതൽ ഉറപ്പുവരുത്തി. കമ്പനിക്കു കീഴിൽ പലർക്കും മാറിയ രാഷ്ട്രീയ സാഹചര്യത്തിൽ ഭൂവുടമകളാവാൻ കഴിഞ്ഞു. റവന്യൂ വില്പനയ്ക്കുവേണ്ടി അവർ ജന്മിമാരെ പ്രോത്സാഹിപ്പിച്ചു. ഹോസ്ദുർഗ്ഗിൽ മാലോം ഗ്രാമത്തിലെ വമ്പിച്ച ഭൂസ്വത്തുക്കൾ ലേലം വഴി യായിരുന്നു തെക്കെ തൃക്കരിപ്പൂരിലെ ഉടുമ്പുതല നാലുപുരപ്പാട്ടിൽ കുടുംബ പൈതൃകമാക്കി കൈവശപ്പെടുത്തിയത്. യു എൻ ഇബ്രാഹിം ഹാജി, യു എൻ മുഹമ്മദ് കുഞ്ഞി സഹോദരങ്ങൾ പിന്നീട് ഇതിന്റെ ഉട മകളായി. നികുതി ബാക്കിയും ലേലവും ഉണ്ടായിരുന്നില്ലെങ്കിൽ അവർ ഭൂവുടമകളാകുമായിരുന്നില്ല. പത്തൊമ്പതാം നൂറ്റാണ്ടിൽ ഇത്തരം പല തറവാടുകളും ഭൂകുത്തക നിലനിർത്തി. ഭരണമാറ്റം ഫ്യൂഡൽ ഘടകങ്ങളെ മറ്റൊരുവിധത്തിൽ ശക്തമാക്കുകയാണുണ്ടായത്.

മരുമക്കത്തായവും ജനങ്ങളും

ഫലഭൂയിഷ്ഠമായ സമുദ്രതീരവും, നദീതടങ്ങളും, താഴ്വരകളും എല്ലാം ദക്ഷിണ കർണ്ണാടകത്തിൽ അതിപ്രാചീന കാലത്തുതന്നെ കൃഷി ക്കുപയോഗപ്പെടുത്തിവന്നു. ജനങ്ങളുടെ തൊഴിൽതന്നെ കൃഷിയായി രുന്നു. അടയ്ക്ക, ഏലം, കുരുമുളക് എല്ലാം കച്ചവടത്തിനുവേണ്ടി ഉല്പാ ദിപ്പിച്ചു. വയൽ ഭൂമിയിൽ നെല്ലു ഭക്ഷണത്തിനു വേണ്ടിയും ഉല്പാദിപ്പി ച്ചു. കുന്നിൻ തരിശുകളിൽ റാഗിയും പയറും കൃഷി ചെയ്തു. ചേരന്മാരും കദംബന്മാരും കോലത്തിരിമാരും മദ്ധ്യകാലത്തു വിജയനഗരക്കാരും പിന്നീട് ഇക്കേരിക്കാരും ഇവിടെ ആധിപത്യം പുലർത്തി. ഈ താലൂക്കിൽ നടന്ന ആക്രമണങ്ങളും കൈയേറ്റങ്ങളും പല ഭാഷാ വിഭാഗങ്ങളെ ഇവിടെ കുടിയിരുത്തി. അവർ ഈ പൈതൃകത്തിന്റെ ഭാഗമാണ്. മലയാളി, തുളു വർ, കാനറീസ്, മറാത്തീസ്, കൊങ്കണികൾ, ഹിന്ദുസ്ഥാനികൾ അതി ലുൾപ്പെടുന്നു. ഈ പ്രദേശത്തിന്റെ സംസ്കാരം, ചരിത്രം അവരുടേതാണ്. ബേക്കലിന്റെ തെക്കുഭാഗത്തു തീയർ, വാണിയർ, കമ്മാളർ തുടങ്ങിയവ രുടെ ജാതിസംഘടനകൾ പ്രത്യേകം ശക്തിയാർജ്ജിച്ചിരിക്കുന്നു.[79] ഇവർ തെയ്യം എന്ന ആരാധനാരീതിയിൽ പങ്കാളികളായി. അത് പിന്നീട് ബ്രാഹ്മണ ഹിന്ദുമതത്തിന്റെ ഭാഗമായി. കാർഷിക സമൂഹത്തിന്റെ പ്രധാ നമതം തെയ്യം ആരാധനയാണ്. ഈ പ്രദേശത്തിന്റെ ഒരു സാംസ്കാരിക പ്രത്യേകതയാണിത്. തുളു സംസാരിക്കുന്ന പ്രദേശത്തിൽ കോല അഥവാ ഭൂത ആരാധനയാണ്. തുളു പട്ദാനകൾ അന്ധവിശ്വാസം, വീരാരാധന എന്നിവയുമായി ബന്ധപ്പെടുന്നു.[80] "ദ്രവീഡിയൻ ജനവിഭാഗങ്ങളിൽ ഏറ്റവും യാഥാസ്ഥിതികരെന്ന ബിരുദം തുളു സംസാരിക്കുന്നവർക്കാണ്."[81] ഇതിന്റെ ഒരു കാരണം അവരുടെ യാഥാസ്ഥിതിക സ്ഥാപനങ്ങളാണ്. കാസർഗോട്ടെ അഥവാ ബേക്കൽ താലൂക്കിനെ ദൈവത്തിന്റെ അഥവാ ദേവതകളുടെ നാടെന്നു വിളിക്കുന്നതിൽ അതിശയോക്തിയില്ല. ഓരോ ഗ്രാമത്തിലും ദൈവങ്ങളുടെ ആരാധനാ കേന്ദ്രങ്ങളും മന്ദിരങ്ങളും കാണാം.

പരമ്പരാഗതമായ ജാതിസമ്പ്രദായം ഇവിടെ നൂറ്റാണ്ടുകളായി തുടർന്നുവന്നു. അവ ഉല്പാദനത്തെ സ്വാധീനിക്കുകയുംചെയ്തു. ഭൂവുടമ കൾ പ്രധാനമായും നാടുവാഴികളും ഹവിക ബ്രാഹ്മണരും കൊങ്കിണി കളും ഭണ്ഡുകളും നായരുമായിരുന്നു. അവർ ഭൂമിയിൽ മേലവകാശം അവ കാശപ്പെട്ടു. അവർ ഭൂമി മറ്റുള്ളവരെക്കൊണ്ടു കൃഷി ചെയ്യിപ്പിക്കുകയും ഇത്തിക്കണ്ണിവർഗ്ഗമായി ജീവിക്കുകയും ചെയ്തു. കുടിയാന്മാർ പ്രധാന മായും തീയരും മാപ്പിളമാരും, ബില്ലവരും നായന്മാരിലെ താഴ്ന്നവരും ആയിരുന്നു. ഭൂമിയില്ലാത്ത ജാതിക്കാർ അയിത്തക്കാരും പുലയരും ഹൊല യരും കോപ്പാളരും മാദിഗരും മാവിലരും ആയിരുന്നു. അവരിൽ ചിലർ അടിമകളും ആയിരുന്നു. അവർ മണ്ണോടൊപ്പം വില്ക്കപ്പെട്ടു. കൈമാറ്റം ചെയ്യപ്പെട്ടു. മണ്ണിനോടൊപ്പമല്ലാതെയും. കുരുമുളക്, ഏലം തോട്ടങ്ങളിൽ ഇവരായിരുന്നു പണിക്കാർ. അവർക്കു ഭൂമിയിൽ അവകാശമില്ലായിരുന്നു. പക്ഷേ, ഉപജീവനം മാത്രം അവർക്കു ലഭിച്ചു. അവർ നീതിനിയമങ്ങൾ

ശരിക്കും അനുസരിച്ചു. അവർ ഭൂതം തെയ്യം തുടങ്ങിയ ദൈവങ്ങളെ പേടിച്ചു ജീവിച്ചു. അവർക്കിടയിൽ ഈ ദൈവങ്ങളുടെ പേരിൽ അടിമ ത്താശയങ്ങൾ പ്രചരിപ്പിക്കപ്പെട്ടു.[82] ഉല്പാദനം സംബന്ധിച്ച ചില ആശ യങ്ങൾ അവയുമായി ബന്ധപ്പെട്ട് ഈ ദൈവങ്ങളെ സംരക്ഷിച്ചതും ഭൂവു ടമകളായിരുന്നു. ഈ സമൂഹത്തിന്റെ ജാതിവിശ്വാസങ്ങളെപ്പറ്റി ഇരുപതാം നൂറ്റാണ്ടിൽ പ്രതിപാദിക്കപ്പെട്ടു.

> ദക്ഷിണ കർണ്ണാടകത്തിന്റെ തെക്കൻ ഭാഗങ്ങളിൽ ജാതിവിശ്വാസം കൂടുതൽ ശക്തമായിരുന്നു. താഴ്ന്ന ജാതിക്കാർപോലും ഒരു ക്രിസ്തീയ പ്രഭാഷകനെ തങ്ങളുടെ കിണറ്റിൽനിന്നും വെള്ളം കോരുവാൻ അനുവദിക്കില്ല.[83]

കൊളോണിയൽ ഗവൺമെന്റ് പില്ക്കാലത്ത് അടിമത്തം അവസാ നിപ്പിച്ചപ്പോഴും അത് മറ്റ് പലരീതിയിലും തുടർന്നു. സ്വാതന്ത്ര്യത്തിനു ശേഷവും അടിമത്തൊഴിൽ ഉണ്ടായിരുന്നു.

ഈ ജില്ലയിൽ ജനസംഖ്യ വളരെ വലുതായിരുന്നില്ല. കൂടാതെ കൃഷി ചെയ്യാത്ത ധാരാളം ഭൂമി ഉണ്ടായിരുന്നു. ക്ഷാമം ഈ പ്രദേശത്തു ഉണ്ടാ യിരുന്നില്ലതാനും. തെക്കു പടിഞ്ഞാറൻ കാലാവസ്ഥക്കാറ്റ് ധാരാളം ലഭി ച്ചതിനാൽ കനത്ത കാടുകളും മരങ്ങളും വളർന്നുവന്നു. ഏതാണ്ട് ശരാ ശരി 130 ഇഞ്ചു വരുന്ന മഴ കാർഷിക വീക്ഷണം സംബന്ധിച്ച ഒരു നല്ല ആശയമുണ്ടാക്കാൻ ഉപകരിക്കും.[84] ആയതിനാൽ ഭരണകൂടം കൃത്രിമ ജലസേചനം പ്രോത്സാഹിപ്പിച്ചിരുന്നില്ല. പക്ഷേ, ഒഴുക്കുകളും കുളങ്ങളും ധാരാളമായി കൃഷിക്കുപയോഗപ്പെടുത്തിവന്നു.

ചന്ദ്രഗിരിയിലൂടെ തെക്കുഭാഗമായിട്ടാണ് ബേക്കൽ താലൂക്ക് വ്യാപി ച്ചിരുന്നത്. അതു കോളനിഭരണത്തിനു മുമ്പ് കോലത്തിരിയുടെ അധികാ രത്തിനു കീഴിലായിരുന്നു. ഇവിടുത്തെ നിവാസികളിൽ പിന്തുടർച്ചാവ കാശം മലബാറിലേതുപോലെ മരുമക്കത്തായമായിരുന്നു. "പാരമ്പര്യമായി മരുമക്കത്തായ സ്വത്തുക്കൾക്കു ഭാഗം അനുവദിച്ചിരുന്നില്ല. ബ്രിട്ടീഷുകാർ ഈ രീതിയെ കൂടുതൽ ശക്തമാക്കി മലബാറിലെപ്പോലെ ഭൂവുടമകൾ പ്രധാനമായും നായന്മാരായിരുന്നു."[85]

ബ്രാഹ്മണരെ ഇവിടെ എമ്പ്രാന്തിരിമാരെന്നും വിളിച്ചുവന്നു. ചിലർ പ്രമുഖരായ ഭൂവുടമകളും വാഴുന്നവരും ആയിരുന്നു. ചിലർ മതപരമായി തന്ത്രിമാരുമായിരുന്നു. അവർ മക്കത്തായികളായിരുന്നു. മൂത്ത പുത്രനി ലൂടെ വരുന്ന തുടർച്ച. ഭണ്ഡുകൾ അളിയസന്താനരീതി (മരുമക്കത്താ യം) പിന്തുടർന്ന ഭൂവുടമകളായിരുന്നു. അതു നൂറ്റാണ്ടുകൾ ഭൂഅവകാശം ഒന്നിച്ചു നിലനിർത്തി. അത് വ്യക്തിവാദം വികസിപ്പിച്ചില്ല. എല്ലാവരും ഒരേ തറവാടുവീട്ടിൽ ഒന്നിച്ചു ജീവിച്ചു. ഒരു പ്രത്യേക ബ്രാഹ്മണ കുടുംബം താഴക്കാട്ടുമന മരുമക്കത്തായം പിന്തുടർന്നുവന്നു.[86]

പിന്തുടർച്ചാവകാശവും കുടുംബാചാരങ്ങളും ഭൂമിയുടെ ഭരണവുമായി

അടുത്ത ബന്ധം പുലർത്തി. പരമ്പരാഗത വർഗ്ഗദാരിബന്ധങ്ങളുമായി തരി ശുഭൂമികൃഷി ബന്ധപ്പെട്ടിരുന്നു. തരിശു സർക്കാറിനവകാശപ്പെട്ട കുമരി ഭൂമിയായിരുന്നു. അവിടെ കർഷകർ കൊത്തുകയും കരിക്കുകയും ചെയ്യുന്ന കൃഷി രീതി പിന്തുടർന്നു.[87] അത്തരം കൃഷിക്കു അവർ സർക്കാർ നികുതി നല്കി. വർഗ്ഗദാരുടെ ഭൂമിയിലുള്ള തരിശു വർഗ്ഗകുമരി എന്നറി യപ്പെട്ടു. അത് ഭൂവുടമയുടെ നിയന്ത്രണത്തിലായിരുന്നു. സർക്കാർ തരി ശിന്റെ 100 വാരയ്ക്കുള്ളിൽ വരുന്ന തരിശിൽ ഭൂവുടമയുടെ അവകാശം ഗവൺമെന്റ് അനുവദിച്ചുകൊടുത്തു.[88] സർക്കാർ ഭൂമി പട്ടയം നല്കു മ്പോഴും ഇത്തരം കുകി അവകാശം ദർഘാസ് നല്കിയില്ല. 1860 നുശേഷം കാടുനിലർത്തുകയെന്ന നയം കാരണം തരിശുകൃഷിക്കു ഭൂമി കുന്താ പൂർ താലൂക്കിൽ മാത്രമാണ് അനുവദിച്ചിരുന്നത്.

ഭൂമിയില്ലാത്തവർക്കു തരിശുഭൂമിയിലേക്കു ഒരു സ്വതന്ത്രവ്യാപനം സർക്കാർ അനുവദിച്ചില്ല. അതിനാൽ കൃഷിയിലേക്കു വന്ന സ്ഥലം ഈ ജില്ലയിൽ ഒരു ചെറിയ ശതമാനം മാത്രമായിരുന്നു. സെറ്റിൽമെന്റ് റിപ്പോർട്ടിൽ ആകെ ഭൂമി വിസ്തീർണ്ണം 25,71.923 ഏക്കർ ആയിരുന്നു. ഇതിൽ 7,37,4142 മാത്രമാണ് കൈവശപ്പെടുത്തിയിരുന്നത്. കൃഷിയിൽ വന്നത് 5,96,265 ഏക്കറും[89] അതിനാൽ കമ്പനി കൃഷി പ്രോത്സാഹിച്ചി ല്ലെന്നു പറയാം. എന്നാൽ കമ്പനി 1933 ൽ മരുമക്കത്തായരീതി തന്നെ അവസാനിപ്പിച്ചു. (ആക്ട് XXII 1933)ഫ്യൂഡൽ കുടുംബങ്ങളെ അണുക ടുംബങ്ങളാക്കി സ്വത്തു ഭാഗിക്കാൻ അനുവദിച്ചു. ഇത് ഭൂവിതരണത്തിനും ഭൂപരിഷ്കരണത്തിനും കാരണമായി.[90]

കൊളോണിയൽ വ്യവസ്ഥിതിയും കർഷകരും

കർഷകരെ ദുരിതപൂർണ്ണമായ സ്ഥിതിയിൽ നിലനിർത്തിയത് കൊളോണിയൽ നികുതി നയമായിരുന്നു. ഭൂനികുതിക്ക് പകരം ഗവൺമെന്റ് പിരിപ്പിച്ചതു പാട്ടത്തിന്റെ ഒരു വിഹിതമാണ്. ഇത് ഭൂവുടമ യെന്ന നിലയിലാണ് താനും. മൂലവർഗ്ഗഭൂമിക്കു പോലും ഉടമയായി കാണി ച്ചത് സർക്കാരിനെയാണ്. അതിനാൽ ഭൂവവകാശങ്ങൾ പലതും കൈമാറ്റം വഴി ചെറുതും വലുതുമായ അവകാശങ്ങളായിമാറി. മത്സരകരമായ പാട്ടം പിരിവെടുക്കുവാനിടയാക്കി.[91] ഒരു റിപ്പോർട്ട് രേഖപ്പെടുത്തി. "ഇവിടത്തെ ആദ്യ നികുതി നിശ്ചയം വളരെ അഴിഞ്ഞും സുഗമമായ വിധത്തിലല്ലായി രുന്നുവെന്നും കാണാം. ഒരു നൂറ്റാണ്ടുകാലം ഇത്തേത്തുടർന്നു വന്നപ്പോഴും കർശനമായി നികുതി പിരിച്ചുവന്നു. വളർന്നുവരുന്ന ജനസംഖ്യയെ പൂർണ്ണ മായും കൃഷിയിൽ ഉൾക്കൊള്ളിച്ചില്ല. മറ്റു ജോലിയിലും ഉൾപ്പെടുത്തിയില്ല. നൂറ്റാണ്ടിന്റെ രണ്ടാം പകുതിയിൽ കുമരി അഥവാ തരിശു കൃഷിക്കു കൊടു ത്തിരുന്നില്ല. അതിനു വലിയ നിയന്ത്രണം വരുത്തി."

കാടുകളുടെ ചൂഷണം കൊളോണിയൽ സാമ്പത്തിക നയത്തിൽ മാറ്റം വരുത്തിയപ്പോൾ കുമരി കൃഷിയെ നാടുകളുടെ മുഖ്യശത്രുവായി

കണക്കാക്കി. കാടുകളിലെ മരങ്ങൾ കപ്പലുണ്ടാക്കുവാനും റെയിൽവേക്കും ആവശ്യമായിവന്നു. കാപ്പികൃഷിക്കു അനുയോജ്യമല്ലാതാക്കി ഭൂമി മാറ്റു കയുംചെയ്തു.[93] ആയതിനാൽ പുതിയ കാടുകളിലും ഏലത്തോട്ടങ്ങളിലും കുരുമുളക് തോട്ടങ്ങളിലും കുമരി കൃഷി കുറച്ചുകൊണ്ടുവന്നു. ഇതു 12 വർഷവും ശേഷവും കൃഷി ചെയ്യാതിരുന്ന വർഗ്ഗ ഭൂമിയിലും എല്ലാ കാടു കളിലും പതിവാക്കി. പ്രിവി കൗൺസിലിന്റെ ജുഡീഷ്യൽ കമ്മിറ്റി ഒരപ്പീ ലിൽ അതേ വീക്ഷണം അനുവദിച്ചു. അപ്പീൽ തന്റെ തറവാടുകളുടെ വകയിൽ ചില കാടുകൾ കൊണ്ടുവരാൻ വേണ്ടിയായിരുന്നു. എല്ലാ കാടു കളിലും ഗവൺമെന്റിനു പൂർണ്ണാധികാരം ഉണ്ടെന്നും കോടോത്തു തറ വാടിന് ഇല്ലെന്നുമാണ് വിധി. കാർഷിക ജോലിയിൽ ഇത്തരം തീരുമാന ങ്ങൾ വികസനം സാദ്ധ്യമല്ലാതാക്കി. പരമ്പരാഗത കുമരി കൃഷി കൂടി അവ നിയന്ത്രിച്ചു.

കൂടാതെ നിലനികുതി 'ദേവയാനം' തുടങ്ങിയ നികുതിയോടൊപ്പം സർക്കാർ നികുതി വർദ്ധിപ്പിച്ചുകൊണ്ടിരുന്നു.[94] അത് ആത്യന്തികമായി ഒറിജിനൽ സർവ്വേ കാലത്തു വർദ്ധിപ്പിച്ചു. ഒരു സ്ഥലത്തിന്റെ വിളവിന്റെ ഭാഗം നാണയരൂപത്തിൽ കണക്കാക്കി കാലാവസ്ഥയുടെ ചില വ്യതിയാ നങ്ങൾ കണക്കാക്കി നികുതി ചുമത്തിവന്നു. കൃഷിചെലവും ഒഴിവാക്കി യിരുന്നു. ബാക്കി വരുന്ന ഭാഗം വർഗ്ഗദാരിന്റെ ലാഭമാക്കി, പകുതി നികു തിയാക്കി ചുമത്തി. സൈദ്ധാന്തികമായി വർഗ്ഗദാരനെ കൃഷിക്കാരനാക്കി കണക്കാക്കി. ഉല്പാദിപ്പിച്ചിരുന്ന വിളവിന്റെ വില കണക്കാക്കിയാണ് ഒറി ജിനൽ സർവ്വേയിൽ കണക്കെടുത്തത്.

കാസർഗോട്ടെ അവസാനത്തെ സെറ്റിൽമെന്റിൽ 1323-42 വരെ ഫസ ലികളിൽ (1913-32 കാലം) 1903 ലെ നികുതി നിശ്ചയത്തേക്കാൾ 84% നികുതി വർദ്ധനവ് ഉണ്ടായിരുന്നു. അന്നത്തെ വിലയുടെ ഭാഗമായിട്ടാണ് വർദ്ധനവ്.[95] പക്ഷേ, വില ഒരിക്കലും നിശ്ചിതമായിരുന്നില്ല.

ചരക്കുകളുടെ വില ഗവൺമെന്റ് ഉറപ്പു നല്കിയിരുന്നില്ല. നെല്ല്, കുരുമുളക്, അടയ്ക്ക, തേങ്ങ എന്നിവയുടെ വിലയിടിവ് അന്താരാഷ്ട്രീയ നിലവാരത്തിൽ സംഭവിക്കുമ്പോൾ വർഗ്ഗദാരും കർഷകരും പാപ്പരായി ത്തീർന്നു.[96] തന്റെ വസ്തുക്കളിൽ കിട്ടുന്നതെല്ലാം പിരിവെടുക്കാൻ നിർബ്ബ ന്ധിതരായി. കൂടുതൽ വാരം തരുന്നവർക്ക് അയാൾ ഭൂമി കൊടുത്തു. അയാളെ തടയുവാൻ ആർക്കും കഴിഞ്ഞില്ല. അതിനാൽ ഒരു കുടിയാനെ ഒഴിപ്പിച്ചു മറ്റൊരാൾക്കു നല്കി. അതൊരു പൊതു സ്വഭാവമായി മാറി. സ്റ്റേറ്റും അതു പിന്തുടർന്നു. ഭൂവുടമയും വക്കീലുമായ എം കെ നമ്പ്യാർ ഈ സ്ഥിതി ഇപ്രകാരം വിശകലനം ചെയ്തു.

ഈ നിലയിൽ വാരം ഒരിക്കലും ന്യായമായില്ല. ഏറ്റവും മോശ സ്ഥിതി ചരക്കിന്റെ വില ഇടിവ് മാർക്കറ്റിലും താഴെയാകുമ്പോൾ സെറ്റിൽമെന്റ് വിലയിലും കുറവുവരുമ്പോൾ റവന്യൂവായി നല്കുന്ന വിഹിതം കണക്കനുസരിച്ച് വർദ്ധിക്കുന്നു. അതിന്റെ

ഫലം കുടിയാന്റെ മീതെ വീഴുന്നു. നികുതി മർദ്ദനകരമാകുമ്പോൾ വാരവും (പാട്ടവും) മർദ്ദനകരമാകുന്നു. അതൊരു കാണപ്പെടാത്ത വൃത്തമാണ്.[97]

മദ്രാസ് പ്രസിഡൻസിയുടെ മറ്റേതു ഭാഗത്തേക്കാളും ദക്ഷിണകർണ്ണാ ടകത്തിന്റെ സ്ഥിതി നാശകരമായിരുന്നു. ഇവിടുത്തെ ചെറുകിട ജന്മിമാർ പലരും പാപ്പരായിത്തീർന്നു. അവരുടെ സ്വത്തുക്കൾ നികുതി ബാക്കിക്കു വില്ക്കേണ്ടിവന്നു. അവരുടെ സ്ഥിതി ജമാവന്തി ഓഫീസർ (കളക്ടർ) ഇപ്ര കാരം വിവരിച്ചു.

ഈ തോട്ടങ്ങളുടെ തകർന്ന സ്ഥിതി(സൂണ്ടയിലെയും ബിൽഗിയി ലെയും കവുങ്ങിൻ തോട്ടങ്ങൾ) നികുതിഭാരം കൊണ്ടു സംഭവിച്ച തല്ല, നികുതി ലഘുവാണുതാനും. സാധാരണ സ്ഥിതിയിൽ ഉടമ കൾ ഐശ്വര്യസ്ഥിതിയിലാകണം. ഇന്നത്തെ സ്ഥിതിയിൽ ബ്രാഹ്മ ണരായ വർഗ്ഗദാർമാരുടെ കടിഞ്ഞാണില്ലാത്ത വിധം ചെലവു കാര ണമാണെന്നു പറയേണ്ടിവരുന്നു.[98]

മറ്റു പല ഭരണകർത്താക്കളേയും പോലെ കർണ്ണാടകത്തിലെ നികുതി മറ്റേതു ജില്ലകളിലേക്കാളും ലഘുവാണെന്ന് അയാളും വിശ്വസിച്ചു. ഇന്ത്യൻ ദാരിദ്ര്യത്തിന്റെ കൊളോണിയൽ സിദ്ധാന്തം അവർ ധാരാളമായി ചെലവു ചെയ്യുന്നതാണ് ദാരിദ്ര്യത്തിന്റെ കാരണം എന്നതായിരുന്നു. അതി നാൽ അയാൾ കർഷകർക്കു അത്തരം അടയ്ക്കാത്തോട്ടങ്ങൾക്ക് തക്കാ വിക്കടം നല്കുന്നതിന്റെ ആവശ്യംക്കൂടി തള്ളിക്കളഞ്ഞു. കാരണം ആ കടം കൂടി പണമിടപാടുകാരും മറ്റുകടക്കാരും പട്ടേൽമാരും കൈപറ്റുമെ ന്നതു തന്നെ.[99]

ഈ നിലയിൽ ഭൂമി നന്നാക്കുവാനും മറ്റുമായി മൂലധനം ചെറുകിട ജന്മിമാരുടെ കൈകളിലുണ്ടായിരുന്നില്ല. ഉല്പാദന രംഗത്ത് പലവിധ അവ കാശങ്ങളാക്കിയുള്ള ഭൂമിയുടെ വിഭജിക്കലും അസന്നിഹിത ഭൂപ്രഭുത്വവും ഫ്യൂഡൽ അവശിഷ്ടങ്ങളായി നിലനിന്നു. ബ്രിട്ടീഷുകാരുടെ കൊളോണി യൽ മോഡ് ഓഫ് പ്രൊഡക്ഷൻ അവർ ഭൂനയം കാരണം ശക്തമാക്കി. പരമ്പരാഗതമായ വീതം വെക്കൽ കാരണം കർഷകർക്കു കൃഷിരീതി ലാഭ കരമായിരുന്നു. എന്നാൽ പങ്കുകൃഷി കാർഷിക രംഗത്തുനിന്നും ഒഴിവാ ക്കപ്പെട്ടു.

കൃഷിക്കാരനു ഭൂമി എഴുതപ്പെട്ട കരാറിൽ മാത്രം അനുവദിക്കപ്പെട്ടു. റെന്റ് റിക്കവെറി ആക്ടിന്റെ (1865 VIII-ാം നിയമം) 13-ാം വകുപ്പ് ഒരു ഭൂവു ടമ യഥാർത്ഥമായ കരാറിൽ ഏർപ്പെട്ടില്ലെങ്കിൽ ആക്ട് പ്രകാരം കുടിയാനു നേരെ കോടതിയിൽ പോകാൻ സ്വതന്ത്രനായിരിക്കില്ല. പരമ്പരാഗത നിയ മങ്ങൾ എഴുതപ്പെട്ട കരാറുകളാക്കുമ്പോൾ കർഷകരുടെ അവകാശങ്ങളെ പ്രതികൂലമായി ബാധിച്ചുവന്നു.

ചുരുക്കത്തിൽ ജില്ലയിലെ കാർഷിക നിയമങ്ങൾ ബ്രിട്ടീഷു ഭരണ

ത്തിനു കീഴിൽ കൃഷിക്കാരുടെയും ചെറുവർഗ്ഗദാർമാരുടെയും പുരോഗ
തിക്കു സഹായകമായിരുന്നില്ല. കൃഷിയിൽ മുതലാളിത്തപരമായ വളർച്ചയ്
ക്കായിരുന്നു റയറ്റുവാരി സമ്പ്രദായം സഹായിച്ചത്. എന്നാൽ അതിന്റെ
പൂർണ്ണവികാസം ഫ്യൂഡൽ ബന്ധങ്ങൾ കൂടി നിലനിർത്തിയിരുന്നതിനാൽ
സാധിച്ചിരുന്നില്ല. പത്തൊമ്പതാം നൂറ്റാണ്ടിന്റെ ഉത്തരാർദ്ധത്തിൽ കാപ്പി,
ചായ ഘട്ടത്തിന്റെ മീതെ തോട്ടങ്ങളിൽ നടപ്പിലാക്കിയെങ്കിലും അതു
കൊളോണിയൽ മൂലധനം അഥവാ യൂറോപ്യൻ മൂലധനം അടിസ്ഥാന
മാക്കിയായിരുന്നു. ഇവ കേപിറ്റലിസ്റ്റ് മോഡ് ഓഫ് പ്രൊഡക്ഷൻ നടപ്പി
ലാക്കി വന്നു. സ്വദേശികൾക്കു മൂലധനമില്ലാത്തതിനാൽ ഈ പരീക്ഷണ
ത്തിൽ പങ്കെടുക്കുവാൻ കഴിഞ്ഞിരുന്നില്ല. വലിയ ഭൂപ്രദേശങ്ങൾ വർഗ്ഗ
ദാർനിലയിൽ കൈകാര്യം ചെയ്തപ്പോഴും തോട്ടത്തിനാവശ്യമായ മൂല
ധനം അവർക്കു ഉണ്ടായിരുന്നില്ല. അവരുടെ ഭൂമി തന്നെ മരുമക്കത്തായ
ക്രമത്തിൽപ്പെട്ടതായിരുന്നു. അല്ലെങ്കിൽ അളിയ സന്താനക്കെട്ടിലുള്ളതും
അവ വ്യക്തിപരമായ പ്രവർത്തനം പ്രോത്സാഹിപ്പിച്ചില്ല. ഹൈഗ ബ്രാഹ്മ
ണരിൽ മൂലധനമുണ്ടായിരുന്നവർ കവുങ്ങു തോട്ടങ്ങളിൽ നിക്ഷേപിച്ചു.
ചായയും കാപ്പിയും പരമ്പരാഗതമായിരുന്നില്ല. സാംസ്കാരിക പിന്തുടർച്ച
അതിനാൽ അവർക്കുണ്ടായിരുന്നില്ല. ജന്മിമാരെ വിലയിലെ മാറ്റം പ്രതി
കൂലമായി ബാധിച്ചു. എച്ച് എം ബ്ലെയിൻ പ്രിൻസിപ്പൽ കളക്ടർ ഒക്ടോ
ബർ 21, 1845 നു ബോർഡിനെഴുതി: "വിലയുടെ എല്ലാ പോയിന്റുകളും
അവർക്കു ഗുണമായിരുന്നില്ല. പ്രത്യേകിച്ചും കഴിഞ്ഞ നാലുവർഷത്തിൽ,
ജില്ലയിലെ മുഖ്യ ഉല്പാദനത്തിനു സംഭവിച്ചത് കാർഷിക വർഗ്ഗത്തെ
കനത്ത തോതിൽ ബാധിച്ചു."[100] ഈ സ്ഥിതിയും കുരുമുളകിന്റെ
ഹവ്‌ലൂത്ത് ഡ്യൂട്ടിയും (കയറ്റുമതി) അതിന്റെ കൃഷി ജില്ലയിൽ ലാഭകര
മാക്കിയിരുന്നില്ല.[101] പത്തൊമ്പതാം നൂറ്റാണ്ടിൽ അതിനെ ഒരു തോട്ടമെന്ന
നിലയിൽ സമീപിച്ചിരുന്നില്ല.

കനറയിലെ ജമാബന്തി ഉദ്യോഗസ്ഥന്മാർ ഇടയ്ക്കിടെ തങ്ങളുടെ
ജമാബന്തി റിപ്പോർട്ടുകളിൽ കർണ്ണാടകം ബ്രിട്ടീഷുഭരണത്തിൽ അഭിവൃ
ദ്ധിപ്പെട്ടിട്ടുണ്ടെന്നും നികുതി വർദ്ധിപ്പിക്കാമെന്നും ശുപാർശ ചെയ്തു
കാണാം.[102] എന്നാൽ ഈ അഭിവൃദ്ധി ചുരുക്കം വൻജന്മിമാർക്കും വൻ
കച്ചവടക്കാർക്കും മാത്രമായിരുന്നു. ജില്ലയിൽ പലരും ദരിദ്രകർഷകരും
തൊഴിലാളികളും ആയിരുന്നു അവരുടെ ചുമലുകളിലായിരുന്നു കൊളോ
ണിയൽ നികുതിയുടെ മുഴുവൻ ഭാരവും[103]. എങ്കിലും കാലാവസ്ഥയും
മൺസൂൺ മഴയും (കാലവർഷവും) കാരണം വിളവു നശിക്കാത്തതിനാൽ
ക്ഷാമം ബാധിച്ചിരുന്നില്ലെന്നു മാത്രം.

ബ്രിട്ടീഷുകാരുടെ ഭരണം ജില്ലയിൽ നടപ്പിൽ വന്നതോടെ സമ്പ
ന്നർക്കും ദരിദ്രർക്കും ഒരുപോലെ വളരെ ആവശ്യമുള്ള പുകയില, ഉപ്പ്
തുടങ്ങിയവയ്ക്ക് പരപക്ഷനികുതികൾക്ക് വിധേയമായി മദ്യത്തിനു
അബ്കാരി നികുതിയും ചുമത്തിവന്നു. ഈ നികുതികളുടെ ഭാരവും നികു
തിയോടൊപ്പം കണക്ക് കൂട്ടിയാൽ മാത്രമേ ഡ്രെയിൻ (ശോഷണം) മന

സ്ലിലാക്കാൻ കഴിയുകയുള്ളൂ. ഫസലി 1241 ൽ (11931-32) ഒരു അടിസ്ഥാന വർഷമാക്കി കണക്കാക്കിയാൽ അത് 1260 ഫസലിയിൽ (1850-51) ൽ 85% വർദ്ധനവ് ഉപ്പിന്റെ മീതെയും 211% മദ്യത്തിന്റെ മീതെയും 388% പുകയില മീതെയും ഉണ്ടായി.[104] ഇവ ഗ്രാമീണ ദരിദ്രരെ വളരെ പ്രതികൂലമായി ബാധിച്ചു. അവരുടെ വീട്, വസ്ത്രം, ജീവിതം, അക്ഷരമില്ലായ്മ, ജീവിത കാലം എന്നീ പലതിലും അത് പ്രതിഫലിച്ചു. സാമൂഹ്യരോഗങ്ങളും പകർച്ചവ്യാധികളും കൊളോണിയൽ ഭരണകാലത്തെങ്ങും നിലനിന്നു. ഇവ പോഷകാഹാരക്കുറവ് കാരണമായിരുന്നു.[105] അതിനാൽ ദേശീയ പ്രസ്ഥാനം രാഷ്ട്രീയ സ്വാതന്ത്ര്യത്തിനുവേണ്ടി മാത്രമല്ല സാമ്പത്തിക സ്വാതന്ത്ര്യത്തിനുകൂടി വേണ്ടിയായിരുന്നു.

ഇരുപതാംനൂറ്റാണ്ടിൽ ദേശീയപ്രസ്ഥാനം വളർന്ന് വന്നപ്പോൾ ചെറു കിട വർഗ്ഗദാർമാരും കർഷകരും സ്വാതന്ത്ര്യസമരത്തിൽ സജീവമായി പങ്കെടുത്തു. കാസർഗോഡ് താലൂക്കിൽ ചെറുകിട കർഷകരും കർഷക ത്തൊഴിലാളികളും ഈ സമരത്തിൽ ധാരാളമായി പങ്കെടുത്തു. സാമ്രാജ്യ വിരുദ്ധവും ഫ്യൂഡൽ വിരുദ്ധവുമായ കിസാൻ സഭയുടെ ആഹ്വാനം സമൂ ഹത്തിന്റെ താഴെത്തട്ടിൽ എത്തി.[106] സ്വാതന്ത്ര്യ സമരത്തിന്റെ ഒരു പ്രധാന പ്രദേശമായി കാസർഗോഡ് രൂപാന്തരപ്പെട്ടു.

ചർച്ച ചെയ്തതുപോലെ കൊളോണിയൽ ഭരണവും അതിന്റെ നയ വുമാണ് ഗ്രാമീണ ദാരിദ്ര്യത്തിന്റെ പ്രധാന കാരണം. ആയിരക്കണക്കി നാളുകളുടെ തൊഴിലില്ലായ്മയും കാർഷിക പിന്നോക്കാവസ്ഥയും വളർത്തിയത് അതായിരുന്നു. ചാലഗണിക്കാരും ചെറുകിട വർഗ്ഗദാർമാരും നികുതിയടയ്ക്കാൻ വളരെ വിഷമിച്ചു. ബ്രിട്ടീഷു നയം ഒരിക്കലും സമൂ ഹത്തിൽ മൂലധനം നിർത്തുവാൻ സഹായകമായിരുന്നില്ല. സമൂഹത്തിന്റെ ഒരു തട്ടിലും മൂലധനമുണ്ടായിരുന്നില്ല. അതിനാൽ അവർ പണമിടപാടു കാരെ എപ്പോഴും സമീപിക്കേണ്ടതായിവന്നു. അല്ലെങ്കിൽ കച്ചവടക്കാ രെയും മുതലാളിമാരെയും അവരുടെ വിളവുകൾ പണയമാക്കി നല്കി. മറ്റു പലരും ഭൂമി കോടതിവിധികളിലും നികുതി ബാക്കിയിലും നഷ്ടപ്പെട്ടു.

കൊളോണിയൽ ഭരണം ആയിരക്കണക്കിന് കർഷകരെയും ചെറു കിട വർഗ്ഗദാർമാരെയും ഇരുപതാം നൂറ്റാണ്ടിലെ അന്താരാഷ്ട്രീയ മാർക്കറ്റ് ബന്ധങ്ങളിൽ ഉൾപ്പെടുത്തി കൂടുതൽ ദരിദ്രരാക്കി മാറ്റി. അതുകൊണ്ടു തന്നെ ഈ ജില്ലയിൽ സ്വാതന്ത്ര്യസമരം കൂടുതൽ ശക്തമായി. ആദ്യത്തെ സർവ്വേയും സെറ്റിൽമെന്റും നികുതി ഇരട്ടിയാക്കി വർദ്ധിപ്പിച്ചു. 1930 കളിലെ വൻസാമ്പത്തിക മാന്ദ്യത്തിലായിരുന്നു ഈ വർദ്ധനവ്. അതിന്റെ കാര ണമായി ബ്രിട്ടീഷുഭരണം ന്യായീകരിച്ചത് ഉല്പാദനവർദ്ധനവും വിലയുടെ വർദ്ധനവും ആയിരുന്നു. അതിന്റെ ഓഹരി സർക്കാരിനു കിട്ടണം എന്നാ ണവരുടെ വാദവും. അതാകട്ടെ ഗ്രാമീണ ദാരിദ്ര്യവും അസ്വസ്ഥതയും വർദ്ധിപ്പിക്കുകയും ചെയ്തു.

വലിയ ജന്മിമാർക്കും അവരുടെ നികുതി അടയ്ക്കാൻ കഴിഞ്ഞിരു ന്നില്ല. പല സമ്പന്നകുടുംബങ്ങളും നശിച്ചു. അവർക്കു കൈയിൽ പണമു

ണ്ടായിരുന്നില്ല. പലപ്പോഴും സൂക്ഷിച്ചിരുന്ന സ്വർണ്ണാഭരണങ്ങൾ ഉപയോ ഗപ്പെടുത്തി.[107] ചെറുകിട വർഗ്ഗദാർമാരെ വൻഭൂവുടമകളും പണമിടപാടു കാരും കോടതികളിൽ കേസ് നടത്തുവാൻ നിർബ്ബന്ധിതരാക്കി. കാസർഗോട്ടെ പ്രിൻസിപ്പൽ മുൻസിഫ് കോടതിയിൽ നടത്തിയ പഠനം ചെറുകിട കടക്കാരെയും കർഷകരെയും 1910 മുതൽ 40 വരെ വളരെ പ്രതികൂലമായി ബാധിച്ചുവെന്നു കാണിക്കുന്നു.[108] ഈ കേസുകൾ വഴി ഭൂവുടമകൾ, പണമിടപാടുകാർ എന്നീ വിഭാഗങ്ങളുടെ കൈകളിൽ കോടതി ഭൂമി ഒഴിപ്പിക്കുവാനുള്ള ഒരു ഉപകരണമായി മാറി. ദരിദ്രവിഭാഗ ത്തിനു ഒരു പ്രതിവിധിയും ലഭിച്ചില്ല. 1938 ലെ മദ്രാസ് അഗ്രികൾച്ചറിസ്റ്റ്സ് റിലീഫ് ആക്ട് ഗവൺമെന്റ് നടപ്പിലാക്കിയത് ഈ സ്ഥിതിയിൽ ഒരു പ്രതി വിധിയെന്നോണമായിരുന്നു. മലബാറിലെ നിയമങ്ങൾ ഈ താലൂക്കിലും നടപ്പിലാക്കുവാൻ കർഷകസംഘങ്ങൾ സമ്മർദ്ദം നടത്തിയിരുന്നു. നടപ്പി ലാക്കുവാനുദ്ദേശിക്കുന്ന നിയമവും ഈ താലൂക്കിലേക്ക് വ്യാപിപ്പിക്കണ മെന്നവർ ആവശ്യപ്പെട്ടു.[109] എന്നാൽ ഭൂവുടമകൾ ഈ ആവശ്യം നിഷേ ധിക്കുകയും ചെയ്തു.

പത്തൊമ്പതാം നൂറ്റാണ്ടിന്റെ അവസാനത്തിലും ഇരുപതാം നൂറ്റാ ണ്ടിന്റെ ആദ്യത്തിലും പല നിയമങ്ങളും കാർഷിക സമാശ്വാസത്തിനായി ബ്രിട്ടീഷ് ഇന്ത്യയിൽ നടപ്പിലാക്കപ്പെട്ടിരുന്നു. എന്നാൽ തെക്കൻ കർണ്ണാ ടകത്തിൽ ഒരു കാർഷിക നിയമം നടപ്പിലാക്കപ്പെട്ടിരുന്നില്ല. നടപ്പിലാക്ക പ്പെട്ട ഇരുപതിലെ നിയമം ഭൂവുടമകളെ സഹായിക്കുന്ന വിധത്തിലായി രുന്നു. (മൂലഗണി റെന്റ് ആക്ട് 1920) അത് അവർക്കു കൂടുതൽ വാരം പാട്ടം പിരിപ്പിക്കുവാൻ സഹായിച്ചുകൊണ്ടുള്ളതായിരുന്നു. ഗവൺമെന്റ് നടപ്പിലാക്കിയ സർവ്വേ സെറ്റിൽമെന്റ് തന്നെ ഇതിനുവേണ്ടിയായിരുന്നു. ഈ നിലയിൽ ഈ താലൂക്കിൽ ദേശീയത വളർന്നുവന്നതുതന്നെ കുടി യായ്മയുടെ പ്രശ്നവുമായി ബന്ധപ്പെട്ടിരിക്കുന്നു.

റവന്യൂ പിരിച്ചെടുക്കലും ഗ്രാമീണ ദാരിദ്ര്യവും

ഓരോ പട്ടയവും അഥവാ വർഗ്ഗദാർ ഭൂമി ഡ്രൈ അഥവാ തരിശു ഭൂമി കൂടി നിലത്തോടൊപ്പവും (വെറ്റ്) ഭാഗായത്തോടൊപ്പവും (തോട്ടം) ഉൾപ്പെട്ടിരുന്നു. മൂലഗണിക്കാർ അഥവാ കുടിയാന്മാരായ ചാലഗണിക്കാ രാണ് നിലം കൃഷി ചെയ്തുവന്നത്. തരിശ് കൃഷി ചെയ്യാതിരുന്നുവെ ങ്കിലും വർഗ്ഗദാർ നികുതി കൊടുക്കേണ്ടിവന്നു. 1864 ലെ റവന്യൂ റിക്ക വറി ആക്ട് പ്രകാരം ഒരു പട്ടയം മുഴുവൻ നികുതി ബാക്കിക്ക് ബാദ്ധ്യസ്ഥ മാണ്. വർഗ്ഗദാർ നികുതിയുടെ ഉത്തരവാദം കൃഷി നടത്തുന്ന കർഷകന്റെ തലയിൽ കെട്ടിവെച്ചു. ഒരു വർഗ്ഗദാരിന്റെ മുഴുവൻ നികുതിയും ആ പട്ട യങ്ങളിലെ ഒരു ചെറിയ സർവ്വേ നമ്പറിൽനിന്നും പിരിപ്പിക്കുവാൻ കഴി ഞ്ഞിരുന്നു.

ഇതിനെ ഇപ്രകാരം വിശദീകരിക്കാം. എ എന്ന വർഗ്ഗദാർ 100 ക

നികുതി കൊടുക്കണം. അയാൾക്കു പലതരം കുടിയാന്മാരും ഉണ്ടായി രുന്നു. മിക്കവരും നെല്ലാണ് കൃഷി ചെയ്തത്. പട്ടേലിനു മുഴുവൻ നികു തിയും ഒരു കൃഷിക്കാരനിൽനിന്നു നിയമപ്രകാരം വസൂലാക്കാം. അയാൾ 25 ക നികുതി കൊടുക്കേണ്ട സ്ഥാനത്ത് 100 ക കൊടുക്കുന്നു. പട്ടേലിനു മുഴുവൻ വിളയും 150 ക ക്കു ലേലത്തിൽ വിറ്റു 14 സി കണക്കിൽ ചേർക്കാൻ കഴിയും. അതു പട്ടയദാർ എ അടയ്ക്കേണ്ട മറ്റു നികുതിയി ലേക്ക് വരവ് പിടിക്കാവുന്നതാണ്. അയാളുടെ പേരിലുള്ള കൂട്ടുപട്ടയത്തി ലേക്കും വക വെക്കാം.

ഇവിടെ കർഷകനു കാണാൻ കഴിയാത്ത ഒരു ചതിക്കുഴിയാണ് കൊളോണിയൽ ഭരണം തുറന്നുവെച്ചിട്ടുള്ളത്. ഈ സ്ഥിതി ചതിക്കും കൈക്കൂലിക്കും വഴിവെച്ചു. ഭൂവുടമയ്ക്കും പട്ടേലിനും മുമ്പാകെ അയാൾ മുട്ടുമടക്കണം. അയാളുടെ അദ്ധ്വാനത്തിന്റെ ഫലം മുഴുവൻ വൻനഷ്ട ത്തോടെ അവർ പിഴുതെടുത്തു. ഈ സ്ഥിതി അയാളെ അഗതിയാക്കി. കർഷകപ്രസ്ഥാനങ്ങൾ വളർന്നുവന്നപ്പോൾ ഈ സ്ഥിതിക്കു എതിരായി പ്രതികരിക്കുകയും പട്ടയത്തിലെ നികുതിക്കുപകരം ഒരാളുടെ നികുതി മാത്രമേ അയാളിൽനിന്നു പിരിപ്പിക്കുവാൻ പാടുള്ളൂവെന്നും ജില്ലാ കല ക്ടർക്കു മെമ്മോറാണ്ടം നല്കി.[110] മദ്രാസ് നിയമം 1864 ലെ രണ്ടാം വകുപ്പ് ഒരു കീഴ്ക്കോടതി ഒരു കൃഷിക്കാരൻ ശേഖരിച്ചുവെച്ച വിളവ് നികുതി ജപ്തിക്കുവിധേയമാക്കുവാൻ പാടില്ലെന്നു വിധിച്ചപ്പോൾ അത് ഹൈക്കോ ടതിക്കു ശുപാർശ ചെയ്തു. അത് കർഷകന്റെ സ്വത്താണെങ്കിലും "അത് നികുതി ബാക്കിക്കാരന്റെ ഭൂമിയിലെ ഉല്പന്നമാണെന്നും അതിനാൽ ജപ്തിക്കു വിധേയമാണെന്നു"മാണ് ധരിച്ചത്.[111] അതോടൊപ്പം കോടതി ആ തുക കുടിയാൻ തന്റെ കൃഷിസ്ഥലത്തിനു ജന്മിക്കു കൊടുക്കേണ്ട വാരത്തിന്റെ (പാട്ടത്തിന്റെ) വകയിൽ ഉൾപ്പെടുത്തേണ്ടതാണെന്നു കൂടി വിധിച്ചു. ഈ വിധി നികുതി നല്കൽ കുടിയാന്റെ ഉത്തരവാദമായി വിധിച്ചു. ഈ ആനുകൂല്യംപോലും കുടിയാന്റെ കണ്ണീർ തുടയ്ക്കാൻ പര്യാപ്തമ ല്ല. ഒരു സ്വതന്ത്ര കർഷകനായി ജീവിക്കുവാനുള്ള അവകാശംപോലും കൊളോണിയൽ ഭരണം ഇല്ലാതാക്കി.

കാസർഗോഡ് താലൂക്കിൽ പല ഭൂമിയും നികുതി ബാക്കിക്കു വിറ്റു പോയിരുന്നു. പല വർഗ്ഗദാർമാരും തങ്ങളുടെ തരിശുഭൂമി ഒരു പാട്ടത്തിനു കൈമാറി.[112] അവർ തങ്ങൾക്കു ലഭിക്കുന്ന പണത്തെപ്പറ്റിയല്ല വേവലാതി പ്പെട്ടത്. നികുതി ഒഴിവാക്കുകയെന്ന കാര്യമാണ് പ്രധാനമായത്.

ചെറുവർഗ്ഗദാർമാരും ദാരിദ്ര്യവും

വർഗ്ഗദാർമാരുടെ കുടുംബാംഗങ്ങളുടെ എണ്ണം ക്രമേണ വർദ്ധിച്ചു കൊണ്ടിരുന്നു. അതേസമയം കുടുംബ വരുമാനം വർദ്ധിച്ചതുമില്ല. ശരാ ശരി വരുമാനം കുറഞ്ഞു കുറഞ്ഞുകൊണ്ടു ജീവിക്കുവാനുള്ള വരുമാനം പോലും ഇല്ലാതെ ദരിദ്ര പശ്ചാത്തലം ഉയർന്നുവന്നു. കാരണവന്മാർക്കു ഈ സ്ഥിതി നേരിടുവാനും സ്വന്തം കുട്ടികൾ, ഭാര്യമാർ ഇവരെ സംരക്ഷി

ക്കുവാനും കഴിയാതെ വന്നു. കാസർഗോഡ് നായർ തറവാടുകളിൽ മരു മക്കളും കാരണവരും നിയമയുദ്ധങ്ങളിൽ ഏർപ്പെട്ടു. മരുമക്കത്തായ തറ വാടുകളിൽ ഓഹരി വിഹിതത്തിനുവേണ്ടി നീണ്ട കോടതി തർക്കങ്ങൾ തുടർന്നുവന്നു. താവഴിയിലെ സ്ത്രീകളും കുട്ടികളും ഈ സ്ഥിതിയിൽ പരമ ദരിദ്രരായിത്തീർന്നു.

അവരുടെ സാമൂഹ്യസ്ഥിതി വെച്ചു സ്വന്തം വയലുകളിൽ പണിക്കു പോകുവാനും അവർക്കു കഴിഞ്ഞില്ല. പാരമ്പര്യ പ്രകാരം അവരുടെ സംര ക്ഷണച്ചുമതല കാരണവരിലായിരുന്നു. അച്ഛനിലും ഭർത്താവിലുമല്ലായി രുന്നു. ഒരു മദ്ധ്യവർഗ്ഗ വർഗ്ഗദാർ കുടുംബത്തിൽ നികുതിയും മറ്റും കൊടു ത്താൽ ചാവടിയന്തിരങ്ങൾ മുതലായവ കഴിച്ചാൽ വീതം വെക്കാൻ ഒന്നു മില്ലായിരുന്നു. അതിനാൽ അസ്വാരസ്യമില്ലാതെ കുടുംബം നിലനിർത്താൻ കാരണവരും നന്നായി വിഷമിച്ചു. നികുതി ബാക്കിക്കു താവഴിക്കു നൽകിയ സ്വത്തുക്കൾ വിറ്റുപോകുമ്പോൾ പുതിയ സ്വത്തുക്കൾ അനുവദിക്കാൻ അവർക്കു കഴിഞ്ഞിരുന്നില്ല. അതിനാൽ അസ്വാരസ്യത വർദ്ധിച്ചുതന്നെ യായിരുന്നു. ഇത് താവഴിക്കാരണവരും തറവാട്ടുകാരണവരും തമ്മിലുള്ള കോടതി മത്സരങ്ങൾക്കു കാരണമായി.

ഈ മത്സരങ്ങളും തറവാടിനു നില്ക്കുവാൻ കഴിയാത്ത സ്ഥിതിയും ചാലഗണി കൃഷിക്കാരെ കൂടുതൽ കൂടുതൽ മത്സരകരമായ പാട്ടത്തിനി രയാക്കാൻ വർഗ്ഗദാർമാരെ നിർബ്ബന്ധിപ്പിച്ചു. കുടിയാന്മാർക്കു ഇത്തരത്തി ലുള്ള പല പിരിവുകളും കൊടുത്തു തീർക്കാൻ കഴിഞ്ഞിരുന്നില്ല. അവർക്കതു കൊടുക്കേണ്ടിവന്നിരുന്നു. ഒരു ഭാഗം വർഗ്ഗദാർ മരുമക്കത്തായ കുടുംബം അതിന്റെ ആഭ്യന്തര കുഴപ്പം കാരണം തകർന്നുകൊണ്ടിരുന്നു. മറുഭാഗത്തു ചാലഗണിക്കാരുടെ മീതെയുള്ള അവരുടെ ആധിപത്യം ശക്തി പ്രാപിച്ചുകൊണ്ടുമിരുന്നു. ഈ വൈരുദ്ധ്യങ്ങളും തർക്കങ്ങളും വർദ്ധിപ്പി ക്കുന്നതിൽ കൊളോണിയൽ ഭരണത്തിനും അതിന്റേതായ പങ്കു കാണാം. ഇതിന്റെയെല്ലാം പരിണതഫലം എല്ലാ ജനവിഭാഗങ്ങളും ദാരിദ്ര്യത്തിന്റെ ചുഴിയിൽ കറങ്ങിക്കൊണ്ടിരുന്നു. തുടർന്നു വർഗ്ഗദാർ കുടുംബങ്ങൾ തങ്ങ ളുടെ എസ്റ്റേറ്റുകൾ വിഭജിക്കുവാൻ വേണ്ടി തയ്യാറെടുത്തു കൊണ്ടിരുന്നു.

ഇരുപതാംനൂറ്റാണ്ടിൽ കൊളോണിയൽ സ്റ്റേറ്റ് അതിന്റെ നയങ്ങൾ മാറ്റുവാൻ പ്രേരിതമായി. കൂടാതെ ദേശീയബോധം പ്രചരിക്കുകയും ചെയ്തിരുന്നു. എല്ലാവിധത്തിലും സങ്കീർണ്ണമായിത്തീർന്ന കാർഷിക നയമാണ് നടപ്പിലുണ്ടായിരുന്നത്. ചാലഗണിക്കാർക്കും വർഗ്ഗദാർമാർക്കും മൂലധനം ഉണ്ടായിരുന്നില്ലതാനും. നികുതി സ്ഥിരമായ ശോഷണത്തിന്റെ കാരണമായി രമേശ് ചന്ദ്രദത്തും ദാദാഭായ് നവറോജിയും സൂചിപ്പിച്ചതു പോലെ ഗ്രാമീണ മൂലധനം വാർന്നൊഴുകിക്കൊണ്ടിരുന്നു. കർണ്ണാടക ത്തിനും ഈ പൊതുസ്ഥിതിയിൽനിന്നും മോചനമുണ്ടായിരുന്നില്ല. എന്നാൽ ഈ സമ്പ്രദായത്തിലും ഒരു പിടി വർഗ്ഗദാർമാർ സമ്പന്നരായി തുടർന്നു. അവർ ഇത്തിക്കണ്ണികളുടെ സ്വഭാവമുള്ള വർഗ്ഗത്തിന്റെ ഭാഗ മായി. അവരെ വളർത്തിത്തഴപ്പിച്ചത് ബ്രിട്ടീഷ് നയങ്ങളും അവരുടെ കോട

തികളും നീതിന്യായ വ്യവസ്ഥയുമായിരുന്നു. രാജിന്റെ കീഴിൽ വളർന്നു വന്ന കാർഷിക മുതലാളിത്തം അവർക്കു കൂടുതൽ ഗുണകരമായിരുന്നു.

(ഈ ഭാഗം വരെയുള്ള സൂചക ഗ്രന്ഥങ്ങളും അടിക്കുറിപ്പുകളും പുറം 91 മുതൽ 101 വരെ).

5

റയറ്റുവാരിയും കാർഷികബന്ധങ്ങളും

മലബാർ തീരത്തെ കാസർഗോഡ് താലൂക്കിലെ ജന്മികുടിയാൻ ബന്ധങ്ങൾ പരിശോധിക്കുകയാണ് ഈ പഠനത്തിന്റെ ലക്ഷ്യം. ആ കാർഷിക വ്യവസ്ഥയുടെ സാമ്പത്തിക സ്ഥിതി പത്തൊമ്പതാം നൂറ്റാണ്ടിൽ ബ്രിട്ടീഷുകാർ നിലനിർത്തിയ രീതി പരിശോധിക്കുകയും ചെയ്യുന്നു. ഭൂവുടമയെ ജന്മിയെന്നും കർഷകനെ കുടിയാനെന്നും വിളിക്കുന്നു.

ഈ രേഖയുടെ വിശദീകരണവും ഇവിടെ നല്കുന്നു. അതു എഴുത പ്പെട്ട രേഖ അടിസ്ഥാനമാക്കിയുള്ള ബന്ധത്തിന്റെ ഒരുദാഹരണമാണ്. ഒരു മാപ്പിളക്കുടിയാൻ 1892 ൽ ജന്മിക്കെഴുതി കൊടുത്തതാണ് രേഖ.[1] കുഴിക്കാണാവകാശമാണ് രേഖയുടേത്. കുട്ടമത്ത് കുന്നിയൂർ കൂട്ടുകുടും ബത്തിന്റെ തറവാട് വകയാണ് ഭൂമി. ഭൂമി ചാർത്തിക്കൊടുത്ത ഭൂവുടമ കുടുംബ മാനേജരും മൂലി അഥവാ മൂലിഗണി അവകാശം ഉള്ള വ്യക്തി യുമാണ്. ഈ കർണ്ണാടകപദം ആദ്യമായുള്ള അവകാശം സൂചിപ്പിക്കു ന്നു. അല്ലെങ്കിൽ സ്ഥിരാവകാശമുള്ള കുടിയാൻ എന്നും സൂചിപ്പിക്കുന്നു. അതു ജന്മംപോലെ സ്റ്റേറ്റിൽനിന്നുള്ള ഒരു തുടർച്ചയായ അവകാശമാ ണ്. അത്തരം ഉടമ സ്റ്റേറ്റിന്റെ നികുതി കൊടുക്കണം എന്നു മാത്രം. അവ കാശത്തെ മൂലവർഗ്ഗം അഥവാ അടിസ്ഥാനമായ ഉടമാവകാശം എന്നു വിളിക്കുന്നു.[2] തറവാടിന്റെ മാനേജർക്ക് ഈ അവകാശം വില്ക്കുവാനോ പൂർണ്ണമായി കൈമാറ്റം ചെയ്യുവാനോ പാടില്ല, കാരണം അത് അവിഭക്ത മരുമക്കത്തായ നായർ കുടുംബത്തിന്റേതാണ്. ആയതിനാൽ ഭൂവുടമയ്ക്കു അത് കുഴിക്കൂർ ഉണ്ടാക്കുവാനോ കൃഷി ചെയ്യുവാനോ ചാർത്തിക്കൊടു ക്കുവാനോ അവകാശമുള്ളൂ.

ഭൂവുടമ മുമ്പ് ഇത് ഒരു വെളിച്ചപ്പാടിനു കുഴിക്കാണം അഥവാ ചാല ഗണി അവകാശത്തിനു ചാർത്തിക്കൊടുത്തതാണ്. (ലീസ്)[3] ഒരു ചെറിയ

കാലത്തേക്ക് അഥവാ കൃത്യപ്പെടുത്താത്ത കാലത്തേക്ക് പാട്ടം കൊടു ക്കുവാനുള്ള കരാറിൽ ചാലഗണി അവകാശമാണ് വെളിച്ചപ്പാടിന്റേത്.[4] നിശ്ചിതകാലം കഴിഞ്ഞപ്പോൾ ഭൂവുടമ ഒഴിമുറി വാങ്ങി ഭൂമി തിരിച്ചെ ടുത്തു. കുടിയാൻ ഈ ഭൂമിയിൽ വീട്, തെങ്ങ്, പ്ലാവ് തുടങ്ങിയ ഉഭയ ങ്ങൾ ഉണ്ടാക്കിയിട്ടുണ്ട്. പാരമ്പര്യ പ്രകാരം ഈ ഉഭയങ്ങൾക്ക് 70 ക വില മതിച്ചു. ഭൂവുടമ ഈ പണം കൊടുക്കണം.[5] അയാൾ പുതുതായി പ്രവേ ശിക്കാൻ ഒരു കുടിയാനിൽനിന്നും ഈ പണം പറ്റുന്നു. അത് പിന്നീട് ഒഴിപ്പിക്കപ്പെടുന്ന കുടിയാനു നല്കുന്നു.

പുതുപ്രവേശകനായ കുടിയാൻ ഒരു മാപ്പിള കച്ചവടക്കാരനാണ്.[6] അയാളുടെ കൈയിലുള്ള പണം അയാൾ ഭൂമിയിൽ നിക്ഷേപിക്കുന്നു. അയാൾ ഒരു കാണം കുഴിക്കാണം കുടിയായ്മ ഉണ്ടാക്കുന്നു. 15 വർഷ ത്തേക്കാണ് അയാളതു വാങ്ങുന്നത്. അയാൾ എല്ലാ ഉഭയങ്ങൾക്കും പാട്ട മായി വർഷം 30 കയും 150 തേങ്ങയും 150 തെങ്ങോലയും നല്കുവാൻ കരാർ ചെയ്യുന്നു. 150 തേങ്ങയ്ക്ക് 4 1/2 കയും ഓലയ്ക്കു 1 1/4 കയും വി ലയിടുന്നു. ആയതിനാൽ 15 വർഷം അയാളുടെ ബാദ്ധ്യത ഇപ്രകാരമാണ്.

പാട്ടം 30- ക വീതം 15 വർഷം	–	450.00
തേങ്ങ	–	67.80
കുടിയാൻ 15 വർഷത്തേക്കു നല്കിയ		
മൂലധനത്തിന്റെ 6% പലിശ (70 ക യുടേത്)	–	63.00
ആകെ	–	599.40
15 വർഷം സർക്കാർ നികുതി	–	61.00
നികുതി 4 ക. 6 പൈ കഴിച്ചു വരവ്	–	538.40
ഒരു വർഷം അറ്റാദായം ഉറുപ്പികയിൽ	–	36.00

കൂടാതെ പുതുപ്രവേശകനായ കുടിയാൻ താൻ പുതുതായി ഉണ്ടാ ക്കുന്ന ഉഭയങ്ങൾ കായ്ക്കാൻ തുടങ്ങിയാൽ അതിന്റെ പകുതി പാട്ടമായി നല്കാമെന്നും ഉറപ്പിക്കുന്നു. എന്നാൽ കരാർ നടത്തുന്ന അവസരം ഒരു വരുമാനം നിശ്ചയിക്കാവുന്നതല്ലാത്തതിനാൽ അതു പരമ്പരാഗത രീതി യിൽ എന്നുപറയുന്നു. ഭൂവുടമയും കുടിയാനുമായി ഭാവിയിൽ അതൊരു കോടതി വഴക്കിനും കാരണമാകുന്നു. സാധാരണ തെങ്ങും പ്ലാവും കായ്ക്കാൻ 10 വർഷം എടുക്കുന്നു. ആ വക ജന്മിക്കു ഒരു ചെറിയ വരു മാനം മാത്രം പ്രതീക്ഷിക്കാം.

15 വർഷത്തിനുശേഷം ഭൂവുടമ ആരായിരിക്കണം ആ ഭൂമിയുടെ കുടി യാൻ എന്നു ചിന്തിക്കുന്നു. മാപ്പിള കച്ചവടക്കാരനെ ഒഴിവാക്കി മറ്റൊ രാൾക്കു നല്കുമ്പോൾ അയാൾ വെളിച്ചപ്പാടിനു നല്കിയ കാണം 70 ക യും ഉഭയങ്ങളുടെ വിലയും എല്ലാം ജന്മി കൊടുക്കണം. ഓരോ ചമയ ത്തിന്റെയും പരമ്പരാഗത വില കരാറിൽ ഇപ്രകാരം കാണിച്ചിരിക്കുന്നു.[7]

	ക.ണ
തെങ്ങ്	0-10-0 (0.60) പൈസ
പ്ലാവ്	0-3.4 (0.20)
തെങ്ങിൻതൈ	0-0-10 (0.05)
കുരുമുളക് വള്ളി	0-0-10 (0.05)

ഈ പരമ്പരാഗത മൂല്യമാണ് മലബാറിലും കാസർഗോഡിലും നില വിലുണ്ടായിരുന്നത്. 1882 ൽ ചിറക്കൽ താലൂക്കിലെ മൂല്യവും ഇതായിരു ന്നു.[8]

ബ്രിട്ടീഷുഭരണത്തിനു കീഴിൽ കുടിയാനു സ്ഥിരാവകാശമനുവദി ച്ചിരുന്നില്ല. കരാർ കാലത്തിനുശേഷം ഭൂവുടമ അവനെ ഒഴിപ്പിച്ചു വന്നു. പക്ഷേ, അവനു ചമയങ്ങളുടെ വില കൊടുക്കണം. കച്ചവടക്കാരായ വിഭാഗം ഇത്തരം കൃഷിയിടങ്ങളിൽ മൂലധനം നിക്ഷേപിച്ചു. വെളിച്ചപ്പാട നെപ്പോലെയുള്ള ദരിദ്രർ ഒഴിപ്പിക്കപ്പെട്ടു. അന്നത്തെ 70 ക ഇന്നത്തെ 2300 ക ക്കു സമമാകാം. അയാൾ മറ്റൊരു ഭൂമിക്കായി വീണ്ടും മറ്റൊരു ഭൂവുട മയെ സമീപിക്കുന്നു. ഒരു തരിശുഭൂമി വീണ്ടും കുഴിക്കാണത്തിനോ കാണം കുഴിക്കാണത്തിനോ അയാൾ കൈപ്പറ്റുന്നു. ഈ നടപടികൾ വീണ്ടും ആവർത്തിക്കുന്നു. ഒരു ചാർത്തിന്റെ കാലാവധി തെങ്ങു കായ്ക്കുന്നതി നുള്ള സമയമാണ്. വീണ്ടും ഭൂവുടമ ഒരു പുതിയ കുടിയാനെ കണ്ടെ ത്തുന്നു. തനിക്കു നല്ല മൂലധനം തരുന്ന ഒരു വ്യക്തിയെ.

ഈ സമ്പ്രദായം ഭൂവുടമയ്ക്കു തന്റെ ഭൂമിയിൽനിന്നും മത്സരകര മായ പാട്ടം പിരിച്ചെടുക്കാൻ അവസരം നല്കി. എന്നാൽ ഭൂമി നന്നാക്കു വാൻ ഭൂവുടമ ഒന്നും ചെയ്യുന്നില്ല. അയാളുടെ ഉടമാവകാശം മാത്രമാണ് മൂലധനം. ചമയങ്ങളുണ്ടാക്കുന്നത് കുടിയാന്റെ അദ്ധ്വാനവും മൂലധനവു മാണ്. അയാൾക്കു നല്കുന്ന പ്രതിഫലം തുച്ഛവും പരമ്പരാഗതവുമാണ്. സാധാരണ കായ്ഫലമുള്ള ഒരു തെങ്ങ് 15 കരാർ വർഷത്തിനിടയിൽ 750 തേങ്ങ തരുന്നു. അതു മറ്റൊരാൾക്ക് ചാർത്തിക്കൊടുക്കുമ്പോൾ ഭൂവുട മയ്ക്കു 375 തേങ്ങ ലഭിക്കുന്നു. 1890 ലെ വില പ്രകാരം അതിനു 11 ക 4 അണ വിലവരുന്നു. കുടിയാനു നല്കുന്ന പ്രതിഫലം കാർഷിക വളർച്ചയ്ക്കു സഹായകമല്ല. ധാരാളം തരിശുഭൂമി കൃഷിയിൽ കൊണ്ടു വരാൻ അയാൾക്കു പ്രോത്സാഹനം കിട്ടുന്നില്ല. സർക്കാറിനു നികുതിയും ഭൂവുടമയ്ക്കു പാട്ടവും ലഭിച്ചു. ഈ കൂട്ടുകെട്ട് കർഷകനു ഗുണകരമായി രുന്നില്ല. സ്വകാര്യസ്വത്തു ഒരു പരിശുദ്ധ വസ്തുവാക്കുകയാണ് നീതി ന്യായ വകുപ്പ് ചെയ്തത്. മണ്ണിൽ കുടിയാൻ സ്വന്തം അവകാശമില്ലാത്ത കരാറുകാരൻ മാത്രമായി. ക്രമേണ കർഷകർ തങ്ങളുടെ അവകാശത്തെ പ്പറ്റി ബോധമുള്ള ഒരു വിഭാഗമായിത്തീർന്നു.[9]

പരമ്പരാഗത നായർ തറവാടുകളിൽ ഭൂഅവകാശം വിലയ്ക്കു വാങ്ങി യതായിരുന്നില്ല. ദേശവാഴികളെന്ന രാഷ്ട്രീയ കർത്തവ്യനിർവ്വഹണത്തിനു ഫ്യൂഡൽ അവകാശത്തിൽ നേടിയെടുത്തതായിരുന്നു. നിയമ പരിപാല നത്തിനു നാടുവാഴികൾക്ക് അവർ സൈനികരെ നല്കിയിരുന്നു. അതിനു

ഉല്പാദനത്തിന്റെ വിഹിതം ഒരു പ്രദേശത്ത് അനുവദിക്കപ്പെട്ടതാണ്. അതി നാൽ അവരെ തറവാട് എന്നു വിളിക്കപ്പെട്ടു. തറ ഒരു നാടിന്റെ ചെറിയ ഘടകമായിരുന്നു. ബ്രിട്ടീഷ് ഭരണത്തിൽ നാടുവാഴിയെ ഒഴിവാക്കി അവർക്കു പുതിയൊരു കർത്തവ്യം നല്കപ്പെട്ടു. അവരുമായി ഗവൺമെന്റ് നികുതി നിശ്ചയത്തിലേർപ്പെട്ടു. മറ്റു അവകാശികളെ നഷ്ടപ്പെടുത്തി അവർക്കു ഭൂവുടമസ്ഥത ലഭിച്ചു. അതിനാൽ ദേശീയപ്രസ്ഥാനത്തിന്റെ മുദ്രാവാക്യം ബ്രിട്ടീഷു ഭരണം നശിക്കട്ടെ, ജന്മിത്തം നശിക്കട്ടെ, കർഷക ജനത സിന്ദാബാദ്, വിപ്ലവം വിജയിക്കട്ടെ എന്നായിമാറി.[10]

കാസർഗോഡ് മലബാർ ഭൂവകാശങ്ങളിൽ ദീർഘകാലം ലീസ് നല്കു വാനുള്ള അധികാരം ഉണ്ടായിരുന്നില്ല. തോട്ടങ്ങളുണ്ടാക്കുവാൻ ദീർഘ കാലത്തെ ലീസ് ആവശ്യമായിരുന്നു. മലബാറിലെ ഒരു കാരണവർ 99 വർഷം നല്കിയ ലീസ് ഹൈക്കോർട്ട് റദ്ദാക്കി. കോടതി നിരീക്ഷിക്കുന്നു: "നടപ്പിലുള്ളതിൽ കവിഞ്ഞു കാരണവരുടെ അവകാശം വർദ്ധിപ്പിച്ചു കൊടുക്കാൻ കോടതിക്കവകാശമില്ല. ഒരു തറവാടിന്റെ എസ്റ്റേറ്റിന്റെ പൂർണ്ണ മായ അവകാശം ഉൾക്കൊള്ളണമെങ്കിൽ അവ പുതിയ വ്യവസായങ്ങൾക്ക് എതിരായി നില്ക്കുന്നതാണെങ്കിൽ, അത്തരം അധികാരത്തിന്റെ വ്യാപനം നിയമനിർമ്മാണ സഭയിൽനിന്നും തേടേണ്ടിയിരിക്കുന്നു."[11] ഇത്തരം കാലോചിതമല്ലാത്ത സ്ഥിതിവിശേഷം തറവാടിന്റെയും താവഴിയുടെയം അധികാരങ്ങൾ തമ്മിൽ പരസ്പരം കോടതികളിൽ ഏറ്റുമുട്ടലുകൾ ഉണ്ടാ ക്കി.[12] ഈ പഠനത്തിൽ പരാമർശിച്ച തറവാടുകളിലെല്ലാം ധാരാളം നിയമ യുദ്ധങ്ങൾ നടന്നുവന്നു. ഒരു തറവാടിന്റെ വിഭവങ്ങൾ എല്ലാ ശാഖകളിലും ഒരുപോലെ വിഭജിക്കുകയെന്നത് ഈ നിയമയുദ്ധങ്ങൾക്കു കാരണമായി.[13]

താലികെട്ടു കല്യാണം, തിരണ്ടുകല്യാണം, ചരമ അടിയന്തിരം എന്നി വയ്ക്കായി തറവാടിനു ധാരാളം ചെലവുകൾ ഉണ്ടായി. ഇതിനുവേണ്ടി ധാരാളം സ്വത്തുക്കൾ കാണത്തിനു പണയമായി കുടിയാന്മാർക്ക് നല്ക പ്പെട്ടു. നായർ തറവാടിൽ ബ്രാഹ്മണ സംബന്ധം നിലനിന്നിരുന്നതിനാൽ അതു സന്താനങ്ങൾക്ക് ജീവനാംശം നല്കിയിരുന്നില്ലതാനും. ഈ സന്താ നങ്ങൾ തറവാട് വരുമാനത്തിൽ ജീവിച്ചു. ഇത്തരത്തിൽ ഇരുപതാം നൂറ്റാ ണ്ടിൽ തറവാടുകൾ അഥവാ മൂലവർഗ്ഗദാർ കുടുംബങ്ങൾ പൂർണ്ണമായും ക്ഷയിച്ചുകൊണ്ടിരിക്കുന്ന സ്ഥാപനമായി മാറി.[14] അതിനാൽ 1933 ൽ നിയമ പരമായി അവയെ ഭാഗിക്കുവാനുള്ള നിയമം നടപ്പിലായി.[15]

ഭൂനികുതി വഴി ബ്രിട്ടീഷ് ഗവൺമെന്റ് തറവാടുകളെ ധാരാളമായി ചൂഷണം ചെയ്തു. ഒരു ഭൂവുടമയുടെ പട്ടയത്തിൽ 1000 ഏക്കർ ഭൂമിയു ണ്ടെങ്കിൽ അതിൽ ഒരു വലിയ ഭാഗം തരിശുകാട് ആയിരുന്നു. ഈ കുമരി ഭൂമിക്കും നികുതി ചുമത്തിയിരുന്നു. ഈ ഭൂവുടമ കൊടുക്കേണ്ട നികുതി വർദ്ധിച്ചതായിരുന്നു. ആയതിനാൽ നികുതി ബാക്കി വില്പന പൊതു സ്വഭാവമായി. ഓരോ ഫസലിയിലും റവന്യൂ പിരിവ് ഉദ്യോഗസ്ഥരുടെ ഭാഗവും ജന്മികുടിയാന്മാരുടെ ഭാഗവും തമ്മിലുള്ള ഒരു മത്സരമായി മാറി. ചുരുക്കത്തിൽ ബ്രിട്ടീഷുഭരണത്തിൽ ഒരു റയറ്റുവാരിയിൽ തറവാ

ടുകൾ അനേകം വിഷമങ്ങളിലൂടെ കടന്നുപോയി. സാമൂഹ്യസ്ഥാപനങ്ങ ളുടെ അഥവാ മരുമക്കത്തായം പോലുള്ള സ്ഥാപനങ്ങളുടെ പിന്നോക്കാ വസ്ഥ വ്യക്തി വികാസത്തെ (ഇൻഡിവിഡ്വലിസം) വളർത്തിയില്ല. ഗ്രാമീണ ദാരിദ്ര്യത്തെ വർദ്ധിപ്പിക്കുകയും 'വികസനമില്ലായ്മയുടെ വികസനം' (ഡവലപ്പ്മെന്റ് ഓഫ് അണ്ടർ ഡവലപ്പ്മെന്റ്) വികസിപ്പിച്ചു. അദ്ധ്വാനി ക്കുന്ന കർഷകരെ സംബന്ധിച്ച് ഗ്രാമീണ ദാരിദ്ര്യം ഏറ്റവും ശക്തമായി രുന്നു. സാമ്രാജ്യത്വത്തിനു കീഴിൽ ഭൂവുടമകൾ കർഷകരെ ചൂഷണം ചെയ്തുകൊണ്ടും അതിന്റെ കാണാപ്പുറങ്ങളെ കൂടുതൽ ശക്തമാക്കി. കർഷകരും കർഷക തൊഴിലാളികളും എല്ലാം ഈ സ്ഥിതിയുടെ ഇരക ളായിത്തീർന്നു.

6

കുട്ടമത്ത് കുന്നിയൂർ വർഗ്ഗദാർ

ദക്ഷിണ കർണ്ണാടകത്തിലെ ഒരു വർഗ്ഗദാർ കുടുംബത്തിന്റെ സാംസ്കാരിക സംഭാവനകൾക്ക് ഒരു നല്ല ഉദാഹരണമാണ് കുട്ടമത്ത് കുന്നിയൂർ കുടുംബം. 1766 ൽ ഹൈദരാലി (മൈസൂർ സുൽത്താൻ) ചിറ ക്കൽ, കടത്തനാട്, കോഴിക്കോട് പ്രദേശങ്ങളിൽ പടപ്പാച്ചൽ നടത്തിയി രുന്നു. ഈ അവസരം കടത്തനാട്ടെ ലോകനാർ കാവിൽ ക്ഷേത്ര ഊരാള ന്മാരുമായി ബന്ധപ്പെട്ട് അവിടെ കൈമുക്ക് നടത്തി സത്യം തെളിയിക്കുന്ന അവസരം സത്യം നടത്തുന്ന വ്യക്തി മൂന്നു ദിവസം 'പാഴിടം' വീണു കിടക്കുന്ന ഭവനമായിരുന്നു കുന്നിയൂർ ചന്തുവിന്റേതും സഹോദരി കുമ്പ യുടെയും. മലബാറിലെ പടപ്പാച്ചൽ ഭയന്നു ഹൈദരാലിയുടെ നേരിട്ടു ഭരണമുള്ള കാസർഗോട്ടേക്കു പോവുകയും ചെർവ്വത്തൂരിൽ കുട്ടമത്ത് എന്ന പ്രദേശത്ത് താഴക്കാട്ടുമനയുടെ പരിപോഷണത്തിൽ താമസിക്കു കയും ചന്തു പടനായകനെന്ന നിലയിൽ താഴക്കാട്ടുമനയിലെ അമ്മത്തി രുമുമ്പിന്റെ പടയാളികളെ പരിശീലിപ്പിക്കുകയും ചെയ്തു. സഹോദരി കുമ്പയെ വിവാഹം കഴിച്ചിരുന്ന അടുവാട്ടുവാരിയരും ചെർവ്വത്തൂരിലെത്തി. അയാൾ പ്രശസ്ത വൈദ്യനായിരുന്നു. അവരുടെ മൂത്ത പുത്രൻ കുന്നി യൂർ ചിണ്ടനും വിഖ്യാത പടയാളിയായിരുന്നു. പലിയേരി എഴുത്തച്ഛന്റെ ശിഷ്യനും പഞ്ചാബിലെ രഞ്ജിത്ത് സിങ്ങിന്റെ കൊട്ടാരം ജ്യോതിഷിയും ഉപദേശകനുമായ ശങ്കർനാഥ് ജ്യോതിഷിയുടെ സതീർത്ഥ്യനുമായിരുന്നു.

കവ്വായിയിൽ ടിപ്പുസുൽത്താൻ കേമ്പ് ചെയ്യുമ്പോൾ താഴക്കാട്ടുമന യിലെ അമ്മത്തിരുമുമ്പിന്റെ പേരിൽ നികുതി കരാർ ചെയ്യുവാൻ ചിണ്ടൻ നിയോഗിക്കപ്പെട്ടു. ധീരനായ ഈ യുവാവിനെ നികുതി പിരിവിനും മറ്റു മുള്ള ആമിൽദാർ ആയി സുൽത്താൻ നിയമിച്ചു.

1799 ൽ ശ്രീരംഗപട്ടണത്തുവെച്ച് സുൽത്താൻ വധിക്കപ്പെട്ടു. തോമസ്

മൺറോ നികുതി നിശ്ചയത്തിന്റെ സെറ്റിൽമെന്റ് ഓഫീസറായി കർണ്ണാ ടകത്തിൽ നിയമിക്കപ്പെട്ടു. താഴക്കാട്ടു മനയും ചിണ്ടനും തമ്മിൽ ഭൂസ്വ ത്തുക്കൾക്കുവേണ്ടിയും അതിന്റെ പട്ടയത്തിന് വേണ്ടിയും കഠിന മത്സര ങ്ങൾ നടന്നു. ചിണ്ടന്റെ സഹോദരീ പുത്രി ശ്രീദേവി കടത്തനാട്ടു രാജ കുടുംബത്തിലെ പണ്ഡിതനായ ഒഞ്ചിയം തമ്പുരാന്റെ കെട്ടിലമ്മയായി രുന്നു. തമ്പുരാൻ ചിണ്ടനുവേണ്ടി കമ്പനി ഉദ്യോഗസ്ഥർക്ക് ശുപാർശക്കത്തുകൾ നല്കിയിരുന്നു.

സെറ്റിൽമെന്റ് കാലത്ത് ചെർവ്വത്തൂർ, തിമിരി, ക്ലായിക്കോട് ചീമേനി, കയ്യൂർ, കൊടക്കാട്, തൃക്കരിപ്പൂർ തുടങ്ങിയ തെക്കൻ കർണ്ണാടക ഗ്രാമ ങ്ങളിൽ ചിണ്ടനു മൂലഗണി സ്വത്തുക്കൾ സമ്പാദിക്കുവാൻ കഴിഞ്ഞു. കട ത്തനാട്ടു ഒരു തൂവാടൻ കുറുപ്പിന്റെ കാണം പണയാധാരത്തിലുള്ള അഴി യൂർ കല്ലാമല, മേമുണ്ട, കുന്നുമ്മക്കര എന്നിവിടങ്ങളിലെ ഭൂസ്വത്തുക്കൾ കടത്തനാട്ടു രാജാവ് ഇടപെട്ടു മയ്യഴിയിലെ വാച്ചാലി തീയക്കുടുംബത്തിൽ നിന്നും ഒഴിമുറി വാങ്ങിച്ചു. അഴിയൂരിലെ കല്ലാമലയിൽ കൊവുക്കൽ എന്ന സ്ഥലത്തു ചിണ്ടൻ പതിനാറു കെട്ടുഭവനം പണിയിപ്പിച്ചു. കുടുംബത്തിലെ കാരണവന്മാർ ഇവിടെയാണ് താമസിച്ചിരുന്നത്. അവിടെ ബാക്കി വന്ന നാലുകെട്ട് ഭവനം 1956 ൽ പൊളിച്ചു കഴിഞ്ഞു.

തറവാട്ടിലെ അവസാനത്തെ വർഗ്ഗദാർ രയരോത്തു കുന്നിയൂർ കൃഷ്ണക്കുറുപ്പ് ആയിരുന്നു. കുറുപ്പ് 1948 ൽ മരിക്കുന്നതിനു മുമ്പുതന്നെ 1945 ൽ തലശ്ശേരി സബ് കോടതിയിൽ ഒ എസ് 40/45 ഭാഗത്തിനുള്ള സിവിൽ കേസ് ഈ കാരണവർക്കെതിരെ കിഴക്കേക്കര താവഴിയിലെ ജാനകി അമ്മ, രണ്ടുപുത്രിമാർ മൈനർ എന്നിവർ ഫയൽ ചെയ്തു. ഇതിന്റെ ഫലമായി 150 ലധികം വർഷം പഴക്കമുള്ള കൂട്ടുകുടുംബം അവ സാനിച്ചു.

തെക്കൻ കർണ്ണാടകത്തിലെ 1933 ലെ റീസർവ്വേക്കു ശേഷം ഈ കുടുംബം 8000 കയിലധികം നികുതി സർക്കാരിനു കൊടുത്തിരുന്നു. തിമി രിയിലെ തെക്കെ തൃക്കരിപ്പൂരിലെയും പട്ടേൽ പദവികൾ, കുന്നുമ്മക്കര അധികാരിസ്ഥാനം എന്നിവ ഭൂസ്വത്തുക്കൾ കാരണം ആ കുടുംബത്തിനു ലഭിച്ചു.

വൈദ്യവിജ്ഞാനം, കവിത, നാടകം, കഥകളി, തുള്ളൽക്കളി തുട ങ്ങിയ പല മേഖലകളിലും സംസ്കൃത സാഹിത്യത്തിലും ഈ കുടുംബ ത്തിലെ അറിയപ്പെടുന്ന സംഭാവനകൾ കാണാം. മറ്റു വർഗ്ഗദാർ കുടുംബ ങ്ങൾ ഭൂസ്വത്തുക്കളും ഭരണവും മറ്റുമായി ജീവിച്ചപ്പോൾ ഇവർ ഒരു സാംസ്കാരിക പൈതൃകം കെട്ടിപ്പടുത്തു. പ്രൊഫ. സുകുമാർ അഴീക്കോട് ഈ കുടുംബത്തെ ഒരു ഡീംഡ് യൂണിവേഴ്സിറ്റിയോടാണ് ഉപമിച്ചിട്ടു ള്ളത്. കുടുംബത്തിലെ അറിയപ്പെടുന്ന സാഹിത്യകാരന്മാർ കുഞ്ഞുണ്ണി ക്കുറുപ്പ്, ചെറിയ രാമക്കുറുപ്പ്, കേളുക്കുറുപ്പ്, കുഞ്ഞമ്പുകുറുപ്പ്, കൃഷ്ണ ക്കുറുപ്പ്, നാരായണക്കുറുപ്പ്, മഹാകവി കുട്ടമത്ത് (കുഞ്ഞിക്കൃഷ്ണക്കു റുപ്പ്), വൈദ്യർ നാരായണക്കുറുപ്പ്, വിദ്വാൻ കെ കെ കുറുപ്പ്, കരുണാകര

ക്കുറുപ്പ് തുടങ്ങിയവരാണ്. മഹാകവി കുട്ടമത്തിന്റെ തെരഞ്ഞെടുത്ത കൃതി
കൾ കേരളസാഹിത്യ അക്കാദമിയും (1982) അദ്ദേഹത്തിനു മുമ്പുള്ളവരു
ടേതായ കുട്ടമത്ത് കുടുംബത്തിന്റെ സംസ്കൃത സാഹിത്യകൃതികൾ
ന്യൂഡൽഹിയിലെ നാഷണൽ മിഷ്യൻ ഫോർ മാനുസ്ക്രിപ്റ്റ്സും (2012)
പ്രസിദ്ധീകരിച്ചിട്ടുണ്ട്. (കെ കെ എൻ കുറുപ്പ്, പി മനോഹരൻ,
സുനീതാഭായ് എഡിറ്റേഴ്സ്) ഒരുപക്ഷേ, ഭൂവുടമയെന്ന നിലയിലുള്ള
ജീവിത സുരക്ഷിതത്വവും പ്രതിഭാശക്തിയുമാണ് ഈ വർഗ്ഗദാർ കുടും
ബത്തെ ഒരു സാംസ്കാരിക പൈതൃക കേന്ദ്രമായി വളർത്തിയെടുത്തത്.

ഈ കുടുംബം ശ്രീരാമകൃഷ്ണാശ്രമത്തിലെ സ്വാമി നിർമ്മലാനന്ദ
മഹാരാജ് തുടങ്ങിയവർക്കും (ശ്രീരാമകൃഷ്ണ പരമഹംസന്റെ ശിഷ്യൻ)
ആതിഥ്യം നല്കുകയും ഈ ബന്ധത്തിലൂടെ രാമകൃഷ്ണ വിവേകാനന്ദ
സന്ദേശം തങ്ങളുടെ കൃതികളിലൂടെ പ്രചരിപ്പിക്കുകയും ചെയ്തുവന്നു.

വിദ്യാർത്ഥിയെന്ന നിലയിൽ ക്വിറ്റിന്ത്യാ സമരത്തിൽ പങ്കെടുത്തു
ജയിൽവാസമനുഭവിക്കുകയും പില്ക്കാലത്ത് ഗുൽസാരിലാൽ നന്ദ
സ്ഥാപിച്ച ഡൽഹിയിലെ ഭാരത് സാധു സമാജിന്റെ ചില ഗവേഷണ പദ്ധ
തികളിൽ നിത്യചൈതന്യയതിയോടൊപ്പം പ്രവർത്തിക്കുകയും എഴുപതു
കളിൽ ഹോളണ്ടിലെ ഹാർലം എന്ന സ്ഥലത്തു യോഗവേദാന്ത വിദ്യാമ
ന്ദിരം സ്ഥാപിച്ച് വേദാന്ത പ്രചരണം നടത്തുകയും ശ്രീമദ് ഭഗവദ്ഗീതയ്ക്ക്
ഡച്ചിലും ഫ്രഞ്ചിലും വിവർത്തനങ്ങൾ ചെയ്യിക്കുകയും ചെയ്ത സ്വാമി
സദാനന്ദ സരസ്വതി ഈ വർഗ്ഗദാർ കുടുംബത്തിലെ കാരണവരും ശങ്കര
വേദാന്തത്തിന്റെ വക്താവും നീലേശ്വരം രാജാവിന്റെ പുത്രനുമായ
ശങ്കരക്കുറുപ്പിന്റെ പുത്രനാണ്. അദ്ദേഹം 1983 ൽ ഇംഗ്ലണ്ടിലെ
വെയിൽസിൽ വെച്ച് ഒരു കാറപകടത്തിൽ തന്റെ അന്ത്യം നേരിട്ടു.
പ്രശസ്ത സാഹിത്യകാരനും രാഷ്ട്രീയ പ്രവർത്തകനുമായ പവനൻ (പി
വി നാരായണൻ നായർ) ഈ കുടുംബത്തിൽ കുഞ്ഞിശങ്കരക്കുറുപ്പ് എന്ന
വ്യക്തിയുടെ പുത്രനാണ്. മഹാകവി കുഞ്ഞമ്പുക്കുറുപ്പ് എന്നവരുടെ
പുത്രൻ 1950 കളിൽ മംഗലാപുരത്തെ കുടഞ്ചക്കൽ എന്ന പ്രദേശത്ത്
സ്വാമി ആതുരദാസ് എന്ന പേരിൽ സാധാരണക്കാർക്കിടയിൽ പ്രശസ്ത
മായ വൈദ്യസേവനം നിർവ്വഹിച്ചിരുന്നു.

ഈ വിധത്തിൽ സാംസ്കാരിക പ്രവർത്തനങ്ങളിൽ ചില വർഗ്ഗദാർ
കുടുംബങ്ങളെങ്കിലും ശ്രദ്ധേയമായ സംഭാവന നല്കിയിട്ടുണ്ട്. മറ്റുള്ള
വർ കൊളോണിയൽ ഭരണത്തിനാവശ്യമായ നികുതിയുടെ ഉല്പാദകരു
മായി.

അടിക്കുറിപ്പുകൾ

1.   *എച്ച് എച്ച് വിൽസൺ, എ ഗ്ലോസറി ഓഫ് ജുഡീഷ്യൽ ആൻഡ്*
     അഡ്മിനിസ്ട്രേറ്റീവ് ടേംസ് (ഡൽഹി, 1968 പ്രകാശനം) പു. 352-54.

2.   *മേൽച്ചൊന്നത്. പു. 354*

3.   *മേൽച്ചൊന്നത്. പു. 9*

4. ഇത്തരത്തിൽ പ്രതിഫലം കൊടുക്കുകയെന്നത് മലബാറിൽ മല ബാർ കോംപൻസേഷൻ ഓഫ് ടെനന്റ്സ് ഇംപ്രുവ്‌മെന്റ് ആക്ട് (മദ്രാസ് ആക്ട് 1887) പ്രകാരം നിർബ്ബന്ധമാണ്.

5. ഡോക്യുമെന്റ് കാണുക.

6. *മേൽച്ചൊന്നത്.*

7. ആക്ടിങ് തഹസീൽദാർ ചിറക്കൽ താലൂക്ക്, 17 ജൂൺ 1881. പാര 3, *റിപ്പോർട്ട് ഓഫ് മലബാർ സ്പെഷ്യൽ കമ്മീഷൻ ഓൺ ലാൻഡ് ടെനേഴ്‌സ്: 1881-82* (മദ്രാസ് 1896) പേജ് 77.

8. രേഖ കാണുക.

9. കെ കെ എൻ കുറുപ്പ്. കയ്യൂർ റയറ്റ് കാണുക പു. 7-49.

10. *മേൽച്ചൊന്നത്.* പു. 48.

11. ഐ എൽ ആർ മദ്രാസ് /169. പു. 748

12. രാമക്കുറുപ്പ് Vs ചാത്തുക്കുറുപ്പ് സെക്കൻഡ് അപ്പീൽ ഹൈക്കോർട്ട് ഓഫ് മദ്രാസ്, 1325 ഓഫ് 1890, 28-1-1892 (വിൽക്കിൻസൺ ആൻഡ് ഷെപ്പേർഡ്) കവ്വായിയിലെ മുൻസിഫ് കോടതിയിലാണ് കേസ് ആരംഭം. നമ്പർ 506, 1888 അപ്പീൽ സബോർഡിനേറ്റ് ജഡ്ജസ് കോർട്ട് നോർത്തുമലബാർ (തലശ്ശേരി) 108/1809

13. ഒരു താവഴിക്കുവേണ്ടി ചെലവിനു തിരിച്ചുവെച്ച വിഹിതത്തെപ്പറ്റി യാണ് ഈ കേസ്.

14. കൃഷ്ണക്കുറുപ്പ് Vs ചിണ്ടക്കുറുപ്പ്, O.S.67/1934 ഡിസ്ട്രിക്ട് മുൻസിഫ് കോർട്ട് കാസർഗോഡ് 22. ഒക്ടോബർ 1936.

15. മദ്രാസ് മരുമക്കത്തായം ആക്ട്. XXII, 1933

7

താഴക്കാട്ട് മന- ഒരു വർഗ്ഗദാർ

കാസർഗോഡ് താലൂക്കിനെ പണ്ട് ബേക്കൽ എന്നാണ് വിളിച്ചിരു ന്നത്. മലയാളം സംസാരിച്ചുവന്ന ഈ പ്രദേശം ഇന്ന് കേരളസംസ്ഥാന ത്തിൽ കാസർഗോഡ് ജില്ലയുടെ ഭാഗമാണ്. ടിപ്പു സുൽത്താന്റെ അധീന പ്രദേശങ്ങൾക്കു മീതെ 1799 ൽ ഇംഗ്ലീഷ് ഈസ്റ്റിന്ത്യാ കമ്പനി അതിന്റെ പരമാധികാരം സ്ഥാപിച്ചപ്പോൾ കവ്വായിപ്പുഴയുടെ വടക്കുഭാഗമുള്ള പ്രദേശം കർണ്ണാടക ജില്ലയുടെ ഭാഗമായിത്തീരുന്നു. ഈ പ്രദേശത്താണ് റയറ്റ്‌വാരി സമ്പ്രദായത്തിന്റെ പിതാവായ തോമസ് മൺറോ ഭൂനികുതി വ്യവസ്ഥപ്പെടുത്തുന്നതിലുള്ള തന്റെ പരീക്ഷണങ്ങളാരംഭിച്ചത്. റയറ്റ്‌വാ രിയെന്നറിയപ്പെട്ട അദ്ദേഹത്തിന്റെ നികുതി വ്യവസ്ഥ, തത്ത്വത്തിൽ കർഷ കനുമായിട്ടുള്ള അദ്ദേഹത്തിന്റെ നികുതി വ്യവസ്ഥ, കർഷകനുമായിട്ടുള്ള സ്ഥിരനികുതി നിശ്ചയമായിരുന്നു. കൊളോണിയൽ സമ്പ്രദായത്തിന്റെ സാമ്പത്തികവശം വിശകലനം ചെയ്ത രമേശ് ചന്ദ്രദത്തിനെപ്പോലെയുള്ള പണ്ഡിതന്മാർ റയറ്റ് വാരി നികുതി വ്യവസ്ഥ, അത് ഭൂവുടമയെന്ന നില യിൽ കൃഷി ചെയ്യുന്നവനുമായി നടപ്പിലാക്കിയിട്ടുള്ള ഒരു വ്യവസ്ഥയെന്ന നിലയിൽ അതിന്റെ പ്രശംസകരായിരുന്നു.[1] പക്ഷേ, പ്രയോഗത്തിൽ മൺറോവിന്റെ ആദർശത്തിലുള്ള കർഷകൻ ആയിരക്കണക്കിൽ ഏക്കർ വിസ്തീർണ്ണമുള്ള ഭൂമിയുടെ കുത്തകയാളുന്ന അസന്നിഹിത ഭൂവുടമയായ ഒരു ജമീന്ദാർ മാത്രമായിരുന്നു. കാസർഗോഡ് താലൂക്കിൽ തെക്കേ തൃക്ക രിപ്പൂർ ഗ്രാമത്തിലെ താഴക്കാട്ടുമനയെന്ന ജന്മികുടുംബത്തെ മാതൃകയാ ക്കിക്കൊണ്ടുള്ള ഒരു പഠനം റയറ്റ്‌വാരി സമ്പ്രദായത്തിലുൾക്കൊണ്ടിരുന്ന ചില പ്രധാന അക്കാദമിക പ്രശ്നങ്ങളെ മുന്നോട്ടു കൊണ്ടുവരുന്നു. കൂടാതെ കോളനിഭരണം കർഷക വർഗ്ഗത്തിൽനിന്നും അതിന്റെ സാമ്പ ത്തികമിച്ചം എങ്ങനെ തുടർച്ചയായി ശോഷിപ്പിച്ചെടുത്തുവെന്നും ഉദാഹ രിക്കുന്നു.

ഈ പ്രത്യേക ജന്മികുടുംബം കേരളത്തിലെ ആദ്യകാല ബ്രാഹ്മണ ഉപനിവേശ കേന്ദ്രങ്ങളിലൊന്നായ പയ്യന്നൂർ ഗ്രാമത്തിലുൾപ്പെട്ടതായി പരി ഗണിക്കപ്പെടുന്നു. ബ്രാഹ്മണ സമ്പ്രദായത്തിനു വിരുദ്ധമായി ഈ കുടും ബാംഗങ്ങൾ മരുമക്കത്തായം തുടർന്നുവരുന്നു.[2] പരശുരാമൻ കല്പിച്ച താണ് പ്രസ്തുത സമ്പ്രദായമെന്ന് അവർ ന്യായീകരിക്കുകയും ചെയ്തു. കേരളോല്പത്തി എന്ന ഗ്രന്ഥം ഈ ഐതിഹ്യം രേഖപ്പെടുത്തുന്നു. പയ്യ ന്നൂർ ഗ്രാമത്തിലെ 16 ബ്രാഹ്മണ കുടുംബങ്ങൾ താഴക്കാട്ടുമന, കുഞ്ഞിമംഗ ലത്തുമന, കുന്നത്തുമന, തളിയിലമന, കോക്കുന്നത്തുമന, രയരമംഗല ത്തുമന, താറ്റിയേരിമന, തേളക്കാട്ടുമന, ആഞ്ഞിക്കുരമന, കൊട്ടാരത്തു മന, താവത്തുമന, തേളപ്പുരത്തുമന, കുറിഞ്ഞിലക്കാട്ടുമന, കുറുവേലി മന, കതുകിൽമന, കൊഴുവിൽമന എന്നിവയാണ്. ഇവയിൽ ഇപ്പോൾ അവശേഷിക്കുന്നവ താഴക്കാട്ടുമനയും കുഞ്ഞിമംഗലത്തുമനയും കുന്ന ത്തുമനയും തളിയിൽമനയും രയരമംഗലത്തുമനയും മാത്രമാണ്. യജുർവേ ദികളായ ഈ കുടുംബാംഗങ്ങളെ തിരുമുമ്പ് എന്നു വിളിച്ചുവരുന്നു. മന യിലെ പുരുഷന്മാർ നായന്മാരുടെ വിവിധ വിഭാഗങ്ങളിൽപ്പെട്ട സ്ത്രീകളെ വിവാഹം ചെയ്യുന്നു. സ്ത്രീകളെ നമ്പൂതിരിമാർക്കും ബ്രാഹ്മണർക്കും വിവാഹം ചെയ്തു കൊടുക്കുന്നു. പക്ഷേ, ബ്രാഹ്മണരും നമ്പൂതിരിമാരു മായ ഈ വരന്മാരെ മതപരമായ ചില അനുഷ്ഠാനങ്ങളോടെ അന്യംനി ന്നുപോയ മനകളിൽ ഏതെങ്കിലുമൊന്നിൽ ദത്തെടുക്കുന്നു. അതിനു ശേഷമാണ് വിവാഹം നടത്തിവരുന്നത്. ദത്തെടുക്കലിന്റെ ഈ ചടങ്ങു കൾ വരന്മാരെ മക്കത്തായ സമ്പ്രദായത്തിൽനിന്നും വേർപെടുത്തി ക്കൊണ്ട് മരുമക്കത്തായ സമ്പ്രദായത്തിലേക്കു കൊണ്ടുവരുന്നു.[3]

ഈ ജന്മികുടുംബങ്ങളുടെ അഥവാ മനകളുടെ ഗ്രാമക്ഷേത്രം പയ്യ ന്നൂരിലെ സുബ്രഹ്മണ്യക്ഷേത്രമാണ്. ക്ഷേത്രത്തിന്റെ ഉടമകളെന്ന നില യിൽ അവർക്കു രാഷ്ട്രീയാധിപത്യവും സ്വാധീനവും ലഭിച്ചു. ഒരു ഫ്യൂഡൽ കാലഘട്ടത്തിൽ പ്രധാന കുടുംബമെന്ന നിലയിൽ പ്രവർത്തിക്കുകയും കർഷകരുടെ ഭൂമിയുടെ മീതെ അതിന്റെ ആധിപത്യമുറപ്പിക്കുകയും ചെയ്തു. ഈ കുടുംബം അതിന്റെ കീഴിൽ 18 1/2 ക്ഷേത്രങ്ങൾ സ്ഥാപി ക്കുകയും മേൽനോട്ടം ചെയ്യുകയും ചെയ്തു. നാട്ടുകാർക്കിടയിൽ ഹിന്ദു മതത്തിന്റെ ആശയങ്ങൾ പ്രചരിപ്പിക്കുന്ന കേന്ദ്രങ്ങളായിരുന്നു ഈ ക്ഷേത്ര ങ്ങൾ. ഈ കുടുംബത്തിന്റെ ആസ്ഥാനം കൊട്ടാരം അഥവാ അരമ നയെന്നറിയപ്പെട്ടു. ഇംഗ്ലീഷ് ഈസ്റ്റിന്ത്യാ കമ്പനിയുടെ ഭരണകൂടം ആയി രക്കണക്കിൽ ഏക്കർ ഭൂമിയുടെ ഉടമാവകാശികളായ ഈ കുടുംബവുമാ യിട്ടാണ് സ്ഥിരനികുതി വ്യവസ്ഥയിലേർപ്പെട്ടത്. ഈ കുടുംബത്തിന്റെ ഭൂമി കാസർഗോഡ് താലൂക്കിൽ വടക്കേ തൃക്കരിപ്പൂർ, തെക്കേ തൃക്കരി പ്പൂർ, ഉദിനൂർ, മാണിയാട്ട്, പീലിക്കോട്ട്, കൊടക്കാട്, ചീമേനി, ക്ലായിക്കോട്, കയ്യൂർ, തിമിരി, ചെറുവത്തൂർ, നീലേശ്വരം എന്നീ ഗ്രാമങ്ങളിലും ചിറ യ്ക്കൽ താലൂക്കിലെ മറ്റു പല അംശങ്ങളിലുമായിട്ടാണ് സ്ഥിതി ചെയ്തത്.[4] കമ്പനിയുടെ കർഷകൻ അഥവാ റയട്ട് ഇത്തരം കുടുംബങ്ങ

ളായിരുന്നുവെന്നതാണ് വാസ്തവം. യഥാർത്ഥ കർഷകൻ ഈ നികുതി വ്യവസ്ഥയുടെ ചിത്രങ്ങളിലെങ്ങും തന്നെ വന്നില്ല. എന്നിട്ടും "കർഷക നുമായുള്ള" തെന്നനിലയിൽ റയട്ട്വാരിയെന്നു വ്യവഹരിച്ചുവന്നു. കൊളോണിയൽ ഭരണത്തിനുമുമ്പ് ഇവിടെ നിലനിന്ന കാർഷികബന്ധ ങ്ങൾ സാമ്പത്തികമിച്ചം കഴിയുന്നത്ര ചൂഷണം ചെയ്യുവാൻ വ്യവസ്ഥ പ്പെടുത്തുകയെന്നതായിരുന്നു കമ്പനിയുടെ പ്രധാന ലക്ഷ്യം.

ഈ കുടുംബത്തിന്റെ സ്വത്തുക്കൾ സംബന്ധിച്ചുള്ള ഒരു പഠനം കോളനി ഭരണത്തിൻകീഴിൽ വിവിധ സ്ഥലങ്ങളിൽ വിവിധ രീതിയിലുള്ള കുടിയായ്മകൾ എങ്ങനെ രൂപപ്പെട്ടുവെന്നു വ്യക്തമാക്കുന്നു. ഈ കുടും ബത്തിനു മലബാറിലും സ്വത്തുക്കളുണ്ടായിരുന്നു. മലബാർ സമ്പ്രദായ മനുസരിച്ച് ഒരു ഭൂവുടമ മണ്ണിൽ പരമാവകാശമുള്ള ജന്മാവകാശിയാണ്. മലബാറിൽ അപ്രകാരം ഈ കുടുംബം തങ്ങളുടെ സ്വത്തുക്കളിൽ ജന്മാവ കാശമുള്ളവരായിരുന്നു. പക്ഷേ, കാസർകോട് താലൂക്കിൽ അഥവാ ബേക്കൽ താലൂക്കിലുള്ള അവരുടെ സ്വത്തുക്കൾ കർണ്ണാടക റവന്യൂ ഉദ്യോഗസ്ഥന്മാരുടെ കണ്ണിൽ "വർഗ്ഗം" മാത്രമായിരുന്നു. ദക്ഷിണ കർണ്ണാ ടകത്തിലെ കർണ്ണാടകപ്രദേശങ്ങളിൽ സ്വത്തുക്കൾ വിക്രയം ചെയ്യുവാ നധികാരമുള്ള വ്യക്തിയെ വർഗ്ഗദാർ എന്നായിരുന്നു വിളിച്ചുവന്നത്. ഒരു ഭൂവുടമയുടെ പ്രത്യേക വർഗ്ഗത്തിൽ അഥവാ എഴുത്തോലയിൽ പെട്ട ഭൂമിയെ വർഗ്ഗം എന്നു വിളിച്ചുവെന്നതാണ് വർഗ്ഗം എന്ന പദം സംബന്ധി ച്ചുള്ള ചരിത്രപരമായ വിശദീകരണം.[5] പതിനാലം നൂറ്റാണ്ടിൽ ദക്ഷിണ കർണ്ണാടകത്തിലെ മുഴുവൻ ഭൂമിയും വർഗ്ഗദാർമാരായ ആൾക്കാർക്കിട യിൽ വിഭജിക്കപ്പെട്ടതായിരുന്നു.

ചുരുക്കത്തിൽ ഭൂവുടമകളായ താഴക്കാട്ടുമന മലബാർ സ്വത്തുക്ക ളിൽ പരമാധികാരമുള്ള ജന്മിയും, ദക്ഷിണ കർണ്ണാടകത്തിൽ അത്രതന്നെ അവകാശമില്ലാത്ത വർഗ്ഗദാരുമായി മാറി. പക്ഷേ, കൊളോണിയൽ ഭര ണത്തിനു മുമ്പുള്ള കാലഘട്ടത്തിൽ രണ്ടു പ്രദേശത്തെയും ഭൂസ്വത്തുക്ക ളിൽ അവർക്ക് ഒരേതരം അവകാശം തന്നെയാണുണ്ടായിരുന്നത്. മല ബാറിലെ പരമാധികാരിയായ ജന്മി ദക്ഷിണ കർണ്ണാടകത്തിൽ വർഗ്ഗദാ രുടെ നിലയിലേക്ക് തരംതാഴ്ത്തപ്പെട്ടു. ഒരു വർഗ്ഗദാർ, മൂലവർഗ്ഗദാർ അല്ലെ ങ്കിൽ പ്രാഥമിക ഉടമസ്ഥൻ എന്നു കൂടി വിളിക്കപ്പെട്ടു.[6] ഇതിന്റെ ഫല മായി കുടിയായ്മകളിലും മാറ്റങ്ങൾ സംഭവിച്ചു. മലബാറിൽ സർവ്വസാ ധാരണവും പല തർക്കങ്ങൾക്കും കാരണവുമായ കാണാവകാശം കാസർഗോഡ് താലൂക്കിൽ ഫലങ്ങൾ ശേഖരിക്കുവാൻ മാത്രം അവകാ ശമുള്ള ഒരു പണയം അഥവാ കർണ്ണാടകത്തിലെ ഇളിദർവാറിനു തുല്യ മാണ്. അതാകട്ടെ മറ്റു ചിലപ്പോൾ മൂലഗണി അവകാശത്തിനു തുല്യമാ ണ്. മലബാറിൽ കാണാവകാശത്തിനു സാധാരണയായി അനുവദിച്ചു വന്നി രുന്ന 12 വർഷം ദക്ഷിണകർണ്ണാടകത്തിൽ ഈ കുടിയായ്മകൾക്ക് അനു വദിച്ചിരുന്നില്ല. ചാലഗണി അല്ലെങ്കിൽ വൈദിഗണി ഒരു ചാർത്തവകാ ശത്തെ സൂചിപ്പിക്കുന്നു. ഭൂവുടമയ്ക്കുള്ള പാട്ടത്തെ ഗണിയെന്നു വിളി

ച്ചുവരുന്നു. ഇത്തരം അവകാശങ്ങളെല്ലാം പരമാവകാശങ്ങളല്ലെന്നതിനാൽ ഒരു വർഗ്ഗദാർക്കു കൃഷിക്കാരനായ കുടിയാനെ ഒഴിപ്പിക്കുവാൻ കഴിഞ്ഞു. ഗവൺമെന്റിന്റെ കീഴിൽ നേരിട്ടുള്ള കുടിയാനായ വർഗ്ഗദാർക്കു മാത്രമാ യിരുന്നു സ്ഥിരാവകാശം ലഭിച്ചിരുന്നത്. അതാകട്ടെ അയാൾ നികുതി നിശ്ചയത്തിൽ ചെയ്ത പ്രകാരമുള്ള ഭൂനികുതി ഗവൺമെന്റിനു കൊടു ക്കണമെന്ന വ്യവസ്ഥ അടിസ്ഥാനമാക്കി മാത്രമാണ്. ഈ താലൂക്കിൽ പട്ടയം മാറ്റുവാനുള്ള അംഗീകൃത ഫോറത്തിൽ ഭൂമിയുടെ സ്വഭാവം വ്യക്ത മാക്കുന്ന കോളത്തിൽ 'സർക്കാർ' എന്നു കാണിച്ചുവെന്നത് വർഗ്ഗദാർ വെറും കർഷകനാണെന്നു കാണിക്കുന്നു.

മലബാറിൽ താഴക്കാട്ടുമനയുടേതായ സ്വത്തുക്കൾ ആ കുടുംബ ത്തിന്റെ സ്വകാര്യ സ്വത്തുക്കളായും ദക്ഷിണ കർണ്ണാടകത്തിൽ ചാർത്തു ഭൂമിയായയും നിലനിന്നു. സ്വത്തുക്കളുടെ സ്വഭാവത്തിലുള്ള ഈ വ്യത്യാസം നികുതി വ്യവസ്ഥപ്പെടുത്തുന്നതിനെയും സ്വാധീനിക്കുകയുണ്ടായി. ഭൂനി കുതി ഒരു നികുതിയായിട്ടാണോ അതല്ല പാട്ടമായിട്ടാണോ കൊടുത്തു വരുന്നതെന്നുള്ള ആ പഴയ വിവാദം രണ്ടുവിധത്തിൽ അധികൃതന്മാർ മലബാറിലും തെക്കൻ കർണ്ണാടകത്തിലും നടപ്പിലാക്കി. മലബാറിൽ ഭൂനി കുതി ഭൂവുടമകൾ വസൂലാക്കിവന്ന പാട്ടത്തിന്റെ ഒരു വിഹിതമായിട്ടായി രുന്നു. പക്ഷേ, തെക്കൻ കർണ്ണാടകത്തിലെ ഭൂവുടമകൾ ഗവൺമെന്റിനു നികുതിക്കു പകരം പാട്ടംതന്നെയാണ് കൊടുത്തിരിക്കുന്നത്. ഇവിടെ വസൂ ലാക്കി വന്ന നികുതി നിരക്ക് മലബാറിൽ നിലവിലുള്ളതിൽനിന്നും എത്രയും അധികമായിരുന്നു. സാധാരണയായി അത് മലബാറിലുള്ളതി നേക്കാളും രണ്ടോ മൂന്നോ ഇരട്ടിയാണെന്നു കാണാം. മലബാറിലും ദക്ഷിണ കർണ്ണാടകത്തിലും അടുത്തടുത്തായി സ്ഥിതി ചെയ്യുന്ന ഒരേ തരം വയലിനു വ്യത്യസ്ത നിരക്കിലുള്ള നികുതി ചുമത്തിവന്നു. കർണ്ണാ ടകത്തിലെ ഉയർന്ന നിരക്കിനു കാരണം ഭൂവുടമസ്ഥൻ ഗവൺമെന്റ് തന്നെ യാണെന്നതിനാൽ കീഴിലുള്ള ഭൂവുടമകളിൽ നിന്നും പാട്ടം പിരിച്ചെടു ത്തുവെന്നതാണ്.

കാസർഗോഡിലെ തെക്കേ തൃക്കരിപ്പൂർ ഗ്രാമത്തിൽപ്പെട്ട വസ്തു ക്കളും മലബാറിൽ ചിറയ്ക്കൽ താലൂക്കിൽപ്പെട്ട പെരളം അംശത്തിലെ വസ്തുക്കളും ഒരേ തരത്തിൽ പെട്ടതാണെങ്കിലും താഴക്കാട്ടുമന കൊടു ത്തുവന്നിരുന്ന നികുതി നിരക്കു വ്യത്യാസമായിരുന്നു. നികുതി നിരക്ക് എത്ര വ്യത്യസ്തമാണെന്ന് അടുത്ത പേജിൽ കൊടുക്കുന്ന പട്ടിക വ്യക്ത മാക്കുന്നു.

മലബാറിൽ കാടിനും തരിശുഭൂമിക്കും നികുതി ഉണ്ടായിരുന്നില്ല. പക്ഷേ, തെക്കൻ കർണ്ണാടകത്തിൽ പട്ടയത്തിൽ പെട്ട കാടിനും തരിശിനും നികുതി ചുമത്തിയിരുന്നു. ആയതിനാൽ കൊളോണിയൽ ഭരണത്തിന്റെ ചൂഷണം ദക്ഷിണ കർണ്ണാടകത്തിൽ മലബാറിനേക്കാളും രൂക്ഷമായി രുന്നു.

ഗ്രാമത്തിന്റെ പേര് (കാസർഗോഡ്)	ഭൂമിയുടെ തരം	റീ സർവ്വേ നമ്പർ സബ് ഡിവിഷൻ	വിസ്തീർണ്ണം ഏക്കർ സെന്റ്	നികുതി ക.ണ
തെക്കേ തൃക്കരിപ്പൂർ	നഞ്ച	351/3	4.20	31.8
,,	,,	355/4	4.10	30.12
,,	,,	211/2	14.10	56.6
,,	തോട്ടം	142/11	1.6	6.6
,,	,,	255/2	7.14	35.11
,,	,,	620/2	1.80	10.13
,,	പുഞ്ച	300/4	1.60	1.10
,,	,,	303/9	0.25	0.9
,,	,,	371/8	0.97	1.3
മലബാർ പെരളം മലബാർ	നഞ്ച	109/1	23.40	46.13
അംശം	,,	110/10	1.75	3.8
കൊഴുമ്മൽ	,,	91/1	0.73	1.7
ദേശം	തോട്ടം	25/1	1.23	3.11
,,	,,	41/5	1.49	3.0
,,	,,	39/6	1.13	2.4
,,	,,	40/2	4.51	ഇല്ല

മദ്രാസ് പെർമനന്റ് സെറ്റിൽമെന്റ് റഗുലേഷൻ (1802 ലെ 25-ാം റഗു ലേഷൻ) അനുസരിച്ച് മുഴുവൻ പ്രസിഡൻസിയുടെയും നികുതി സ്ഥിര മായി വ്യവസ്ഥപ്പെടുത്തിയതായിരുന്നു. പക്ഷേ, 19-ാം നൂറ്റാണ്ട് മുഴുവൻ ഇന്ത്യാ ഗവൺമെന്റും ബ്രിട്ടീഷു ഗവൺമെന്റും തമ്മിൽ ഇന്ത്യയിലെ നികുതി ആനുകാലികമായി പുതുക്കുന്നതിനെ സംബന്ധിച്ച് ചർച്ചകൾ ചെയ്തുകൊണ്ടിരുന്നു. അവസാനമായി സ്ഥിരം വ്യവസ്ഥ ചെയ്യുകയു ണ്ടായ നികുതി വ്യവസ്ഥ സ്ഥിരമല്ലെന്നും കൃത്യമായ കാലത്തിനുശേഷം അത് പുതുക്കാവുന്നതാണെന്നും നിശ്ചയിക്കപ്പെട്ടു[7]. അപ്രകാരം 1903 ൽ കാസർഗോഡ് താലൂക്കിൽ പുതുക്കിയ നികുതി നടപ്പിലാക്കി. താലൂക്കിന്റെ നികുതി പെട്ടെന്ന് ക്രമാതീതമായി വർദ്ധിച്ചുവെന്നതാണ് പെട്ടെന്നുണ്ടായ ഫലം. നികുതിഭാരം അവസാനമായി കൃഷിക്കാരായ കർഷകർക്കു മീതെ നിപതിക്കുക തന്നെ ചെയ്തു. ഭൂവുടമകൾ കൊടുക്കേണ്ടതായ പാട്ടം 1920

ലെ മൂലഗണി സെറ്റ് എൻഹേസ്മെന്റ് ആക്ട് (ആക്ട് 13) പ്രകാരം പുതുക്കി നിശ്ചയിക്കുകയും ചെയ്തു. കൂടുതൽ നികുതി പിരിക്കുന്നതിനായി സ്റ്റേറ്റു തന്നെ കുടിയാന്മാരിൽനിന്നും വർദ്ധിച്ച പാട്ടം പണമായോ സാധനമായോ പിരിച്ചെടുക്കുവാൻ ഭൂവുടമകളെ അനുവദിച്ചു. ചുരുക്കത്തിൽ കൊളോണിയൽ ഭരണം നടത്തിവരുന്ന സാമ്പത്തിക മിച്ചത്തിന്റെ ചൂഷണം ഗ്രാമീണദാരിദ്ര്യത്തെ കൂടുതൽ രൂക്ഷമാക്കി. ഈ പ്രദേശം അങ്ങനെ കേരളസംസ്ഥാനത്തിലെ ഏറ്റവും പിന്നോക്കവും അഭിവൃദ്ധിയില്ലാത്തതുമായ ഭാഗമായി ഇന്നും സ്ഥിതി ചെയ്യുന്നു.[8]

ഇരുപതാം നൂറ്റാണ്ടിൽ താഴക്കാട്ടുമന ഒട്ടാകെ കൊടുത്തുവന്നിരുന്ന വാർഷിക നികുതി 18,576 ക യായിരുന്നു. ഭൂസ്വത്തുക്കൾ പല ഗ്രാമങ്ങളിൽ സ്ഥിതി ചെയ്യുന്നതിനാലും ചില വസ്തുക്കളെ സംബന്ധിച്ച് കാണക്കാർ നേരിട്ടു പണമടയ്ക്കുന്നതിനാലും കുടുംബത്തിന്റെ ഒട്ടാകെ നികുതി തുക തിട്ടപ്പെടുത്തുക വളരെ വിഷമമാണ്. അതുപോലെ എത്രമാത്രം ആദായം ലഭിച്ചിരുന്നുവെന്നതും കണക്കാക്കുന്നത് കൃത്യമായിരിക്കില്ല.

ദക്ഷിണ കർണ്ണാടക സബ്ബ് കോടതി മുമ്പാകെ വന്ന ഈ കുടുംബത്തിന്റെ 1944 ലെ ഒ എസ് 9-ാം നമ്പർ കേസിൽ ഒരു കുടുംബാംഗം തന്നെയായ അന്യായക്കാരൻ തറവാട്ടിന്റെ വാർഷികാദായം അഞ്ചുലക്ഷം സേർ നെല്ലും, കുരുമുളകും പത്തിനു രണ്ടു 10,000 ക. യും പൊളിച്ചെഴുത്തു അടക്കമുള്ള പാട്ടം വക വരുമാനം 15,000 ക.യും ആണെന്ന് പറയുന്നു. തലശ്ശേരി സബ്ബ് കോടതി മുമ്പാകെ വന്നിരുന്ന 1934 ലെ ഒ എസ് 9-ാം നമ്പർ കേസിൽ വാർഷികാദായം നാലു ലക്ഷം സേർ നെല്ലും മൊത്തം കാലാദായം 40,000 ക. യും നികുതി ഭാരം 20,000 ക യും ആണെന്നു കാണിക്കുന്നു. അതേ ഹർജിയിൽ തന്നെ ഒട്ടധികം സ്വത്തുക്കൾ റവന്യൂ അധികാരികൾ നികുതി ബാക്കിക്കു ലേലത്തിൽ വിറ്റതായും രേഖപ്പെടുത്തുന്നു. കൈകാര്യ കർത്താവായ കാരണവരുടെ വാദം വാർഷികാദായം മൂന്നു ലക്ഷം സേർ നെല്ലും മൊത്തം കാലാദായം 8,000 ക. യും നികുതി 23,000 കയും ആണെന്നായിരുന്നു.[9] താഴക്കാട്ടുമന തറവാട് 1940 ൽ 70 അംഗങ്ങളുള്ള കുടുംബമായിരുന്നു. അംഗങ്ങളുടെ നിത്യജീവനച്ചെലവ് തറവാട്ടിൽനിന്നും വഹിച്ചുവന്നു. ഈ പരിതസ്ഥിതിയിൽ എല്ലാ ചെലവുകളും കഴിച്ച് എത്രമാത്രം സാമ്പത്തികമിച്ചം ഉണ്ടായിരുന്നുവെന്ന് കണക്കാക്കുക വളരെ വിഷമമുള്ള കാര്യമാണ്. കൂടാതെ കുടുംബത്തിനു കോടതി വക ചെലവുകൾക്കായി വലിയൊരു തുക നീക്കി വയ്ക്കേണ്ടിയും വന്നു.

വലിയ സാമ്പത്തിക മാന്ദ്യം സംഭവിച്ച ഘട്ടത്തിൽ ഈ കുടുംബത്തിന്റെ സ്ഥിതി ഒരു പ്രതിസന്ധിയിലെത്തി. 1930 ൽ സാധനങ്ങളുടെ വില ഇടിയുവാൻ തുടങ്ങി. ഭൂവുടമകൾക്കുള്ള പാട്ടം കൃത്യസമയത്തു കൊടുക്കുവാൻ കർഷകർക്കു കഴിഞ്ഞില്ല. തങ്ങളുടെ നികുതി കൃത്യസമയത്തു കൊടുക്കുവാൻ ഭൂവുടമകൾക്കും കഴിഞ്ഞില്ല. ഫലമാകട്ടെ 1931 ൽ ഈ പ്രദേശത്തു നികുതി ബാക്കിക്ക് ധാരാളം ഭൂസ്വത്തുക്കൾ ലേലം

വിളിയിൽ വില്ക്കപ്പെട്ടു ദക്ഷിണ കർണ്ണാടക ജില്ലാ കളക്ടർക്ക് സമർപ്പിച്ച ഒരു മെമ്മോറാണ്ടത്തിൽ ഇവിടത്തെ ഭൂവുടമകൾ ഇങ്ങനെ പ്രതിപാദിച്ചു.

"ഒരു ഉറുപ്പിക കടം വാങ്ങുന്നതിൽ ലജ്ജ തോന്നിയിരുന്ന സമ്പന്ന രായ ചില കർഷകർ പോലും (ഇടത്തരക്കാരെപ്പറ്റി പറയുന്നില്ല) ഗ്രാമ ത്തിലെ ഹുണ്ടികക്കാരിൽനിന്നുള്ള വായ്പകൾ ആകാവുന്നത്രയും എടു ത്തതിനുശേഷം മംഗലാപുരത്തെ ബാങ്കുകളുടെ സഹായം ആശ്രയിച്ചി രിക്കുന്നു. സ്ഥിതി ഗൗരവാവഹമാണ്.[10]

പിന്നീടുള്ള വർഷങ്ങളിൽ ഈ സ്ഥിതി മെച്ചപ്പെട്ടില്ല. പണക്കാരായ ഹുണ്ടികക്കാർക്കുള്ള കടം അതിന്റെ പരമകാഷ്ഠയിലെത്തി. താഴക്കാട്ടു മന പോലുള്ള ഒരു കുടുംബം 1 1/2 ലക്ഷം ക യിലധികം വരുന്ന കട ത്തിനു പുറമെ വീണ്ടും കണ്ണൂരിലെ പുരുഷോത്തമദാസ് സേട്ടിനു കട പ്പെടുകയുണ്ടായി. തലശ്ശേരി സബ്കോടതിയിൽനിന്നും 1935 ലെ ഒ എസ് 30-ാം നമ്പർ വിധിപ്രകാരം 5596 ക. യും ഭാവി പലിശയും അദ്ദേഹം വിധി സമ്പാദിച്ചു.[11]

കുടുംബത്തിന്റെ കാര്യങ്ങൾ ശരിപ്പെടുത്തുവാനുള്ള ലക്ഷ്യത്തോടെ അതിന്റെ അംഗങ്ങളും ഒരു സുന്ദരഅയ്യരും മറ്റു ചിലരും തമ്മിൽ 1934 നവംബർ 1 ന് കരാർ ഒപ്പിടുകയും ഒരു ഭരണസമിതി രൂപീകരിക്കുകയും ചെയ്തു. പക്ഷേ, 1934 ന് ശേഷം ഈ സമിതിയുടെ പ്രവർത്തനം നിലച്ചു പോവുകയാണുണ്ടായത്. വീണ്ടും കൈകാര്യകർത്താവായിത്തീർന്ന കാര ണവർ റൊക്കം പണം ലഭിക്കുവാൻ കാണം വെച്ചുകൊണ്ടുള്ള ആധാര ങ്ങൾ ഒപ്പിടുകയും വസ്തുക്കൾ പലർക്കും പണയം വെക്കുകയും ചെയ്തു. കൂടാതെ 1938 ജൂലൈയിൽ ഒരു അച്യുതൻ നമ്പ്യാർക്ക് 7950 ക.യ്ക്കും ഒരു നാരായണൻ നമ്പൂതിരിക്ക് സെപ്തംബറിൽ 55000 ക. യ്ക്കും വസ്തു ക്കൾ കാണം ചാർത്തുകയുണ്ടായി[12]. മരുമക്കത്തായനിയമം 33-ാം വകുപ്പ് 2-ാം ഖണ്ഡിക പ്രകാരം തറവാട്ടിന്റെ ആവശ്യത്തിനും ഗുണത്തിനും വേണ്ടി പന്ത്രണ്ട് വർഷത്തിലധികരിക്കാത്ത കാലത്തേക്ക് വസ്തുക്കൾ കൈവശം പണയം വെക്കുവാൻ കാരണവർക്ക് അധികാരം ലഭിച്ചിരുന്നു. ഈ അധികാരം കാരണവർ വേണ്ടത്ര ഉപയോഗപ്പെടുത്തി.

മരുമക്കത്തായ തറവാടായ ഈ കൂട്ടുകുടുംബത്തിലെ അംഗങ്ങൾ ഈ ഘട്ടത്തിൽപ്പോലും കൃഷി, വാണിജ്യം, വ്യവസായം തുടങ്ങിയ സാമ്പ ത്തിക പ്രവർത്തനങ്ങളിലേർപ്പെട്ടില്ല. കൂടാതെ ആധുനികമായ ഉയർന്ന വിദ്യാഭ്യാസം ലഭിച്ചിട്ടില്ലാത്തതിനാൽ സർക്കാർ ജോലികളും മറ്റ് ഉദ്യോ ഗങ്ങളും അവർക്ക് ലഭിച്ചില്ല. ചുരുക്കത്തിൽ ദാരിദ്ര്യത്തിന്റെയും കഷ്ടപ്പാ ടിന്റെയും ഒരുജീവിതമായിരുന്നു കുടുംബാംഗങ്ങൾ നയിച്ചത്. കുലീന തയും ജാതിമേന്മയും കാരണം ഒരു ഘട്ടത്തിലും ഈ കുടുംബം കൃഷി പ്രോത്സാഹിപ്പിക്കുകയോ നേരിട്ടു നടത്തുകയോ ചെയ്തില്ല. കൃഷിക്കാ രായ കുടിയാന്മാരിൽനിന്നും പിരിച്ചെടുത്തുവന്ന സാമ്പത്തിക മിച്ചമായ വാരമായിരുന്നു കുടുംബത്തിന്റെ ഏകാവലംബം. ഇരുപതാം നൂറ്റാണ്ടിലും ഈ കുടുംബം കൊളോണിയൽ ഭരണത്തിനു മുമ്പുള്ള കാർഷിക ബന്ധ

ങ്ങളാണ് പിന്തുടർന്ന് വന്നത്. കാരണവർ 1942 ൽ ചീമേനി ഗ്രാമത്തി ലുള്ള 5498 ഏക്കർ തരിശുഭൂമി ജോർജ് തോമസ് കൊട്ടുകാപ്പള്ളിക്ക് (മുൻ പാർലമെന്റ് അംഗം) ചാർത്തിക്കൊടുത്തു. അദ്ദേഹം ഈ പ്രദേശത്തെ കൂലി കുറഞ്ഞ അദ്ധ്വാനശക്തിയും മറ്റുവിഭവങ്ങളും ഉപയോഗപ്പെടുത്തി ക്കൊണ്ട് കശുവണ്ടിയുടെ ഒരു പ്ലാന്റേഷൻ തുടങ്ങുകയയും ചെയ്തു. ഭൂമിക്ക് അദ്ദേഹം കൊടുത്തത് തുച്ഛമായ വിലയായിരുന്നു. ഭൂമിയുടെ വർഷംതോ റുമുള്ള 130 ക. നികുതി ഭാരം കുടുംബത്തിനു ലാഭിക്കേണ്ടതും ഒരാവശ്യ മായി. ഈ കൈമാറ്റം കാണവർക്ക് കുറച്ച് പണം റൊക്കമായി ഉണ്ടാക്കി ക്കൊടുക്കുകയും ചെയ്തു.

കുടുംബാംഗങ്ങളുടെ ഉയർന്ന വിദ്യാഭ്യാസത്തിനായി പണം ചെല വഴിക്കുവാൻ കാരണവർ ഇഷ്ടപ്പെട്ടിരുന്നില്ല. അതിനാൽ ഇരുപതാം നൂറ്റാ ണ്ടിൽ പോലും ഹരീശരൻ തിരുമുമ്പ്, ഉണ്ണികൃഷ്ണൻ തിരുമുമ്പ്, സുബ്ര ഹ്മണ്യൻ തിരുമുമ്പ് തുടങ്ങി പ്രഗത്ഭരായ യുവാക്കൾക്ക് ഉന്നത വിദ്യാ ഭ്യാസത്തിനുള്ള സൗകര്യങ്ങൾ നിഷേധിക്കപ്പെട്ടു. ഇവർ പില്ക്കാലത്ത് ദേശീയപ്രസ്ഥാനത്തിലേക്കു വരികയും ഈ പ്രദേശത്ത് ഇന്ത്യൻ നാഷ ണൽ കോൺഗ്രസ് ഘടകങ്ങൾ സംഘടിപ്പിക്കുകയും ചെയ്തു. സാമ്രാ ജ്യത്വത്തിന്റെ നേർക്കും അതുപോലെ കാരണവരുടെ നേർക്കും അവരുടെ വിദ്വേഷം കേന്ദ്രീകരിച്ചു. കുലീനമായ ഭൂകുടുംബത്തിലെ അംഗങ്ങളെന്ന നിലയിൽ താഴ്ന്ന ജാതിക്കാരുടെയും കുടിയാന്മാരുടെയും മീതെ അവർക്ക് വലിയ സ്വാധീനശക്തിയുണ്ടായിരുന്നു. അവർ ദേശീയപ്രസ്ഥാനത്തി ലേക്കു തിരിഞ്ഞപ്പോൾ ഫ്യൂഡൽ ഘടകങ്ങളെന്ന നിലയിലുള്ള അവ രുടെ സ്വാധീനം ഈ പ്രദേശത്ത് കുറേയധികം അനുയായികളെ ആകർഷി ച്ചു.[13]

മലബാർ കർഷകസംഘത്തിന്റെ നേതൃത്വത്തിൽ 1935-42 കാലം ഈ പ്രദേശം കർഷകരുടേതായ ഒരു ബഹുജന മുന്നേറ്റത്തിന് സാക്ഷ്യം വഹി ച്ചു.[14] ഫ്യൂഡൽ അവകാശങ്ങളായി ഭൂവുടമകൾ പിരിച്ചെടുത്തിരുന്ന ഒട്ടേറെ പണമൊടുക്കലുകൾ അവർ നിഷേധിച്ചു. ഈ കുടുംബത്തിലെ അംഗ മായ സുബ്രഹ്മണ്യൻ തിരുമുമ്പ് കർഷകരെ സംഘടിപ്പിക്കുന്നതിൽ പങ്കെ ടുത്തു. ഒരു കവിയും വാഗ്മിയും സംഘാടകനുമായ അദ്ദേഹം കോൺഗ്ര സിന്റെയും കർഷക സംഘത്തിന്റെയും യൂണിറ്റുകൾ സംഘടിപ്പിക്കുന്ന തിൽ ഫലപ്രദമായ പങ്കുവഹിച്ചു. അദ്ദേഹം അഖില കേരള കിസാൻ സംഘത്തിന്റെയും കാസർഗോഡ് താലൂക്ക് കർഷക സംഘത്തിന്റെയും പ്രസിഡന്റായിരുന്നു. പില്ക്കാലത്ത് അദ്ദേഹം ഈ പ്രദേശത്തെ ഒരു പ്രധാന കമ്യൂണിസ്റ്റ് നേതാവായി മാറി.

മദ്രാസ് മരുമക്കത്തായ നിയമം (1933 ലെ 23-ാം നിയമം) തറവാട്ടു സ്വത്തുക്കളുടെ ഭാഗം അനുവദിക്കുകയുണ്ടായി. ഈ തറവാടിന്റെ കാര്യ ത്തിൽ 1944 ൽ മാത്രമാണ് തെക്കൻ കർണ്ണാടകത്തിലെ സബ്ബ് കോടതി യിൽ ഒരു ഭാഗവ്യവഹാരം ഉന്നയിക്കപ്പെട്ടത്. തറവാടുകൊണ്ടുള്ള എല്ലാ വിധ ഗുണങ്ങളും കൈയടക്കിയിരുന്ന കാരണവർ മദ്രാസ് മരുമക്കത്തായ

നിയമം നമ്പൂതിരിമാർക്കു ബാധകമല്ലെന്നും, അതിനാൽ അത് ഈ ജന്മി കുടുംബത്തിനു ബാധകമല്ലെന്നും വാദിച്ചു. അവർ നമ്പൂതിരിമാരാണെ ങ്കിലും അവരുടെ പിന്തുടർച്ച മരുമക്കത്തായം അനുസരിച്ചാണെന്നും അതി നാൽ അന്യായം നിലനില്ക്കുന്നുവെന്നും കോടതി വിധിച്ചു.[15] കുടുംബാം ഗങ്ങൾക്കിടയിൽ തറവാട്ട് സ്വത്തുക്കൾ ഭാഗിച്ചുകൊണ്ടുള്ള ഒരു വിധി 1946 ൽ നടപ്പിൽ വന്നു. അങ്ങനെ നൂറ്റാണ്ടുകൾ നിലനിന്ന ഒരു ഫ്യൂഡൽ കുടുംബം എന്നേയ്ക്കുമായി അവസാനിച്ചു. പക്ഷേ, ഫ്യൂഡൽ ബന്ധങ്ങ ളായ വാരം പിരിക്കലും കുടിയാനെ ഒഴിപ്പിക്കലും പഴയ കാലത്തിന്റെ അവശിഷ്ടങ്ങളായി വീണ്ടും നിലനിന്നു. ജന്മിത്വം പുതിയ രൂപത്തിലും ഭാവത്തിലും 1970 വരെ ജീവിച്ചു.

കാസർഗോഡ് പ്രദേശത്തെ റയട്ടുവാരി സമ്പ്രദായത്തെ വിശകലനം ചെയ്തുകൊണ്ടുള്ള ഈ പഠനം കൊളോണിയൽ ഭരണത്തിൻകീഴിൽ നില നിന്ന കാർഷിക ബന്ധങ്ങളുടെ ചില അടിസ്ഥാനസ്വഭാവങ്ങൾ വ്യക്തമാ ക്കുന്നു. സൈദ്ധാന്തികമായി ഇവിടെ നിലനിന്നത് കർഷകനെ അടിസ്ഥാന പ്പെടുത്തിയിട്ടുള്ള ഒരു വ്യവസ്ഥയാണെങ്കിലും കർഷകരുടെ ഉല്പാദന മിച്ചത്തെ നിയന്ത്രിക്കുകയും കൈയടക്കുകയും ചെയ്തു. വൻകിട ഭൂവുട മകളുമായി സ്ഥിരനിശ്ചയം ചെയ്ത ഒരു വ്യവസ്ഥയായിരുന്നു. കൊളോ ണിയൽ ഭരണത്തിനും മുമ്പുള്ള ഇത്തരം ഫ്യൂഡൽ കുടുംബങ്ങൾ അവ രുടെ ഭൂമി സ്ഥിതി ചെയ്തിരുന്ന ഓരോ ഗ്രാമത്തിലും ക്ഷേത്രങ്ങളുടെ ഒരു ശൃംഖല തന്നെ സ്ഥാപിച്ചു. ഈ ക്ഷേത്രങ്ങളും ജാതിപരമായ ആധി പത്യം എല്ലാംതന്നെ കാർഷികോല്പാദനത്തിൽ നേരിട്ടുപങ്കാളികളല്ലാത്ത അത്തരം കുടുംബങ്ങളുടെ സാമ്പത്തിക താല്പര്യങ്ങൾ നിലനിർത്തുന്ന തിനുള്ള സംവിധാനങ്ങളായിത്തീരുകയും ചെയ്തു. കൊളോണിയൽ ഗവൺമെന്റ് ഈ വർഗ്ഗത്തിന്റെ മീതെ അതിന്റെ അധികാരം അടിച്ചുറപ്പി ക്കുകയും ആ വർഗ്ഗം ചൂഷണം ചെയ്തുവന്ന സാമ്പത്തിക മിച്ചത്തിന്റെ ഒരു വലിയ വിഹിതം കൈപ്പറ്റുകയും ചെയ്തു. റയട്ടുവാരി തുടങ്ങിയ നികുതി വ്യവസ്ഥകൾ ബ്രിട്ടീഷുഭരണത്തിനു മുമ്പു നിലവിലിരുന്ന കാർഷിക ബന്ധങ്ങളിൽ മൗലികമായ മാറ്റങ്ങൾ വരുത്താതെ സാമ്പത്തി കമിച്ചം "പിഴിഞ്ഞെടുക്കു"വാനുള്ള ഒരു സംവിധാനമായിരുന്നു. എങ്കിലും ഇത് ഈ പ്രദേശത്തെ കുടിയാന്മകളിലും ഭൂവുടമകളുടെ പദവിയിലും ഒഴിച്ചുകൂടാനാവാത്ത മാറ്റങ്ങൾ വരുത്തി. കൊളോണിയൽ ഭരണ ത്തിൻകീഴിൽ അത്തരം മാറ്റങ്ങൾ ഓരോ പ്രദേശത്തും ഓരോ വിധത്തി ലായിരുന്നു. അതിനാൽ കൊളോണിയലിസത്തിന്റെ സ്വാധീനവും ഓരോ പ്രദേശത്തും വ്യത്യസ്തമായിരുന്നു. ഭൂകുത്തകക്കാരായ ഇത്തരം കുടും ബങ്ങളുടെ സ്വത്തുക്കൾ ഭാഗിക്കുവാനും മരുമക്കത്തായം പോലുള്ള പര മ്പരാഗത സ്ഥാപനങ്ങളെ ഇല്ലാതാക്കുവാനുമുള്ള പ്രക്ഷോഭങ്ങൾ ദേശീയ പ്രസ്ഥാനത്തിന്റെ ഭാഗമായിട്ടാണ് രൂപമെടുത്തത്. വാസ്തവത്തിൽ കാർഷിക പ്രശ്നങ്ങൾ ഈ താലൂക്കിൽ ദേശീയ പ്രസ്ഥാനത്തെ ശക്തി പ്പെടുത്തുകയുണ്ടായി.

അടിക്കുറിപ്പുകൾ:

(ഈ ഗവേഷണ പ്രബന്ധം ന്യൂഡൽഹിയിലെ ഇന്ത്യൻ കൗൺസിൽ ഓഫ് ഹിസ്റ്റോറിക്കൽ റിസർച്ച് സാമ്പത്തിക സഹായം ചെയ്തിട്ടുള്ള "കൊളോണിയൽ ഭരണത്തിൽ കാസർകോട് താലൂക്കിലെ ഭൂകുത്തകയും കാർഷിക വ്യവസ്ഥയും" എന്ന ഗവേഷണ പദ്ധതിയുടെ ചില പഠനവശ ങ്ങളും ഉൾക്കൊള്ളുന്നു.)

1. ആർ സി ദത്ത്, *ദ എക്കണോമിക് ഹിസ്റ്ററി ഓഫ് ബ്രിട്ടീഷ് ഇന്ത്യ* (നാസിക് 1963 പ്രകാശനം) I പു. 64-5

2. ഗുണ്ടർട്ട്, എഡി. *കേരളോല്പത്തി* (കോട്ടയം 1961, പ്രകാശനം) പുറം II

3. ടി മാധവൻ തിരുമുമ്പുമായി തെക്കേ തൃക്കരിപ്പൂരിലുള്ള അദ്ദേഹ ത്തിന്റെ വസതിയിൽവെച്ചു നടത്തിയ അഭിമുഖ സംഭാഷണം, 1 മാർച്ച് 1982.

4. അനുബന്ധം കാണുക.

5. ഫേമിംഗർ, എഡി. *ഫിഫ്ത്ത് റിപ്പോർട്ട്* (കല്ക്കത്ത)I പുറം 455 കൂടാതെ, *സ്റ്റാറോക്ക് സൗത്ത് കനറ ഡിസ്ട്രിക്ട് മാന്വൽ* പുറം 118.

6. എസ് സുന്ദരരാജ അയ്യങ്കാർ, *ലാൻഡ് ടെമ്പേഴ്സ് ഇൻ ദ മദ്രാസ് പ്രസിഡൻസി* (മദ്രാസ് 1921 പ്രകാശനം) പുറം 48-52.

7. ദത്ത് അടിക്കുറിപ്പ് 1, പുറം 113-7 കാണുക.

8. പ്രത്യേക ജില്ലയ്ക്കുവേണ്ടി അവിടത്തെ ആൾക്കാർ പ്രക്ഷോഭം നടത്തിയിരുന്നു.

9. ഗോവിന്ദൻ തിരുമുമ്പും മറ്റുള്ളവർക്കും എതിരായി നാരായണൻ തിരുമുമ്പും മറ്റുള്ളവരും, അന്യായം, ഒ എസ് നമ്പർ 9, 1944, സബ് കോർട്ട്, സൗത്ത് കനറ, 3 ഒക്ടോബർ 1946.

10. ചോദ്യാവലിക്കുള്ള ഉത്തരം, എം കെ നമ്പ്യാർ, മലബാർ ടെനൻസി കമ്മിറ്റി (മദ്രാസ് 1940) II

11. കോടതിരേഖകൾ അടിക്കുറിപ്പ് 9

12. അതിൽ തന്നെ.

13. ടി എസ് തിരുമുമ്പുമായി മടിക്കൈ ഗ്രാമത്തിൽ അദ്ദേഹത്തിന്റെ വസതിയിൽവെച്ച് നടത്തിയ അഭിമുഖ സംഭാഷണം, 25, ഏപ്രിൽ 1982.

14. കെ കെ എൻ കുറുപ്പ്, ദ *കയ്യൂർ റയറ്റ്* (കോഴിക്കോട്, 1978) കാണുക.

15. കോടതിരേഖകൾ, അടിക്കുറിപ്പ് 9 കാണുക. ഈ കോടതിരേഖ കൾ പരിശോധിക്കുവാൻ തന്ന ശ്രീ. ടി എം കുഞ്ഞിരാമൻ തിരുമു മ്പോട് ലേഖകൻ കടപ്പെട്ടിരിക്കുന്നു.

8

പട്ടേൽസ്ഥാനം സ്വാതന്ത്ര്യത്തിനു ശേഷം

പത്തൊമ്പതാം നൂറ്റാണ്ടിലെന്നപോലെ ഇരുപതാംനൂറ്റാണ്ടിന്റെ ആദ്യപകുതിയിലും വൻകിട ഭൂവുടമകളായ ജന്മികുടുംബങ്ങൾ അവയുടെ താല്പര്യം നിലനിർത്തുവാനും കുടിയാന്മാരിൽനിന്നും വാരം പാട്ടം പിരി ച്ചെടുക്കുവാനും കൃത്യമായി ഗവൺമെന്റിന് നികുതി പിരിച്ചുകൊടുത്തു കൊണ്ട് തങ്ങളുടെ ഭൂസ്വത്തുക്കൾ സംരക്ഷിക്കുവാനും കർഷകരെ ക്കൊണ്ട് വിടുവേല ചെയ്യിക്കുവാനും ഭരണാധികാരികളിൽ സ്വാധീനം ചെലുത്തുവാനും പദവി അഭികാമ്യമാണെന്നു കണ്ടെത്തി. കൂടാതെ ആന കളുടെയും അമ്പലങ്ങളുടെയും എണ്ണംപോലെ ഓരോ കുടുംബവും പട്ടേൽ ജോലിയുടെ എണ്ണത്തിൽ അതിന്റെ ആഭിജാത്യം കണ്ടെത്തി. ഈ പദവി പരസ്പരം തട്ടിപ്പറിച്ചെടുക്കുവാൻ, ഏതാണ്ട് ഭൂസ്വത്തുക്കളുടെ കാര്യത്തി ലെന്നപോലെ ജന്മികുടുംബങ്ങൾ പരസ്പരം മത്സരിച്ചു. ജന്മിത്തവും ഗ്രാമ ഭരണവും പരസ്പരം ഗാഢമായ ബന്ധം പുലർത്തി.

ടിപ്പു സുൽത്താന്റെ താഴക്കാട്ടു മഗണയിലെ (തൃക്കരിപ്പൂർ) ആമീൽദാർ ആയിരുന്ന കുലകുടസ്ഥനായിരുന്ന ഒരു കാരണവർ ഉണി ച്ചിണ്ടക്കുറുപ്പ് അഥവാ കുന്നൂറച്ചൻ ഒരു തറവാടും കുടുംബവും കെട്ടിപ്പ ടുത്തു. ആ കുടുംബത്തിനാകട്ടെ, ഇരുപതാം നൂറ്റാണ്ടിൽ മൂന്നു ഗ്രാമങ്ങ ളുടെ ഗ്രാമഭരണാധികാരികളും ഉണ്ടായിരുന്നു.

എന്നാൽ കാലഘട്ടം മാറുകയായിരുന്നു. ചരിത്രഗതി ഇത്തരത്തിൽ കുത്തകാധികാരം വകവെച്ചു കൊടുക്കുന്ന ഒന്നായിരുന്നില്ല. മരുമക്ക ത്തായ കുടുംബങ്ങൾ തകരുകയായിരുന്നു. ബ്രിട്ടീഷാധിപത്യം തന്നെ ദേശീയ പ്രസ്ഥാനത്തിനു മുമ്പിൽ സ്വന്തം അസ്തിത്വത്തിനായി പൊരുതി. കർഷകപ്രസ്ഥാനം ജന്മിത്വത്തിനും ഗ്രാമാധികാരികളുടേതടക്കമുള്ള മർദ്ദന നയങ്ങൾക്കും എതിരായി ഗ്രാമാന്തരങ്ങളിൽ ശക്തിയാർജ്ജിച്ചു.

ഒഴിപ്പിക്കപ്പെടുന്ന കർഷകർക്കു പകരം ജന്മിമാർക്ക് പുതിയ കുടിയാന്മാരെ ലഭിച്ചില്ല പലപ്പോഴും കോടതി വിധികളെപ്പോലും കർഷകർ ചെറുത്തു നിന്നു. ഇതെല്ലാം മാറ്റത്തിന്റെ കാറ്റടിയായിരുന്നു. തകർന്ന ജന്മി കുടും ബങ്ങളിലെ ഗ്രാമോദ്യോഗസ്ഥരായ വ്യക്തികൾ ചെകുത്താന്റെയും കട ലിന്റെയും ഇടയിലെന്നപോലെ വഴിമുട്ടി നിന്നു. അവരിൽ പലരും കൈക്കൂലി അഥവാ മാമൂൽ പിരിച്ചെടുത്തു ജീവിതവൃത്തി നിർവ്വഹി ക്കേണ്ട ഗതികേടിലായിരുന്നു. സ്വാതന്ത്ര്യാനന്തരം അൻപതുകളിലും ഈ സ്ഥിതിവിശേഷം തന്നെ തുടർന്നു. ഗ്രാമോദ്യോഗസ്ഥന്മാരുടെ പാരമ്പ ര്യാവകാശം റദ്ദാക്കണമെന്നും ന്യായമായ വേതനവും സർവ്വീസ് കമ്മീഷൻ റിക്രൂട്ട്മെന്റ് ആവശ്യമാണെന്നും ഉയർന്നുവന്നു. ചിലർ ഈ മാറ്റം സ്വാഗതം ചെയ്തില്ല.

ഉണരുന്ന ദേശീയബോധം

പക്ഷേ, കാലഘട്ടം മാറ്റത്തിന്റേതായിരുന്നു. ഏകീകൃത കേരള സംസ്ഥാനത്തിൽ ഗ്രാമഭരണം സംയോജിപ്പിക്കുവാനും പാരമ്പര്യം അവ സാനിപ്പിക്കുവാനും ഭരണതലത്തിൽ കമ്യൂണിസ്റ്റ് ഗവൺമെന്റ് പരിശ്രമിച്ചു. ഈ പശ്ചാത്തലത്തിൽ പട്ടേലിന്റെ പാരമ്പര്യാവകാശപ്രകാരം ഔദ്യോ ഗിക ജീവിതത്തിൽ പ്രവേശിക്കുവാനുള്ള എന്റെ പ്രയത്നം ഒരു നീണ്ട നിയമയുദ്ധത്തിന്റെ കഥയാണ്. അങ്ങനെയാണ് 1960 ൽ തെക്കെ തൃക്കരി പ്പൂരിന്റെ പട്ടേലായി ചാർജ്ജെടുത്തത്. ഇതു പരമ്പരാഗത സർവ്വീസിൽ ഒരു കാലഘട്ടത്തിന്റെ അന്ത്യവും മറ്റൊന്നിന്റെ തുടക്കവുമായിരുന്നു.

ഗർഭശ്രീമാനെന്ന് പലരേയും വിശേഷിപ്പിക്കാറുണ്ട്. അതുപോലെ മുലപ്പാൽമണം മാറാത്ത മൂന്നാംവയസ്സിൽത്തന്നെ തെക്കെ തൃക്കരിപ്പൂ രിന്റെ പട്ടേലായി, മൈനർ പട്ടേൽ എന്ന പേരിൽ നിയമിക്കപ്പെടുവാനുള്ള ഭാഗ്യമോ ഭാഗ്യദോഷമോ എനിക്കു വീണുകിട്ടി. കോഴിക്കോട് സർവ്വക ലാശാലയിലെ ചരിത്രവകുപ്പ് തലവന്റെ പദവിയിൽനിന്നും തിരിഞ്ഞു നോക്കുമ്പോൾ, കർഷക സമരങ്ങളുടെയും പ്രസ്ഥാനങ്ങളുടെയും ചരിത്ര ഗവേഷകനെന്ന നിലയിൽ തിരിഞ്ഞുനോക്കുമ്പോൾ പട്ടേൽ ജോലിയെ ഒരു ഭാഗ്യദോഷമെന്ന് പറയുക വയ്യ. "ഉർവ്വശീശാപം ഉപകാര" മെന്നതു പോലെ കർഷക പ്രശ്നങ്ങളുമായുള്ള നിരന്തര പരിചയവും അവർക്കിട യിലെ ജീവിതാനുഭവങ്ങളും ഭാവി ഗവേഷകനെ രൂപപ്പെടുത്തുകയായി രുന്നു.

മറ്റൊരു വിധത്തിൽ ജനങ്ങളുടേതായ സർവ്വകലാശാലയിൽനിന്നും അനുഭവങ്ങളുടേതായ പാഠങ്ങൾ, നിരീക്ഷണങ്ങൾ കൂടുതൽ ഉൾക്കൊ ള്ളുവാൻ സ്വയം സന്നദ്ധമാവുകയായിരുന്നു. കുടിയാന്മാർക്ക് വേണ്ടി അന്ന് റിക്കോർഡ് ഓഫ് റൈറ്റ്സ് അഥവാ അവകാശരേഖകൾ തയ്യാറാക്കു മ്പോൾ കാർഷിക പ്രശ്നങ്ങളുടെ പഠനത്തിൽ സ്വയം പങ്കെടുക്കുകയാ യിരുന്നു. ഭൂപരിഷ്കരണത്തിന്റെ അടിസ്ഥാനപാഠങ്ങൾ പഠിക്കുകയായി

രുന്നു. ഇതെല്ലാം ജനജീവിതത്തിന്റെ സർവ്വകലാശാലയിൽ നിന്നാണെന്ന് മാത്രം. പില്ക്കാലത്ത് ക്യൂബയിലെ ഹവാനാ സർവ്വകലാശാലയും മറ്റും ഈ അനുഭവങ്ങളെ ശാസ്ത്രീയമായി വിശകലനം ചെയ്യുവാൻ സഹാ യിച്ചു.

ദേശീയപ്രസ്ഥാനത്തിന്റെ വേലിയേറ്റത്തിൽ കുഗ്രാമങ്ങൾ പോലും ഉണർന്നു കഴിഞ്ഞിരുന്നു. കർഷകരുടെ പുതിയ വർഗ്ഗബോധവും സാമ്രാജ്യ വിരുദ്ധ മനോഭാവവും ഒരു പുതിയ രാഷ്ട്രീയ ബോധം വളർത്തി യെടുത്തു. പിറവിയെടുത്തു കഴിഞ്ഞ കമ്മ്യൂണിസ്റ്റ് പാർട്ടി നിരോധിക്ക പ്പെട്ട പാർട്ടിയെന്ന നിലയിൽ ഒളിവിൽ ഈ രാഷ്ട്രീയബോധത്തിന് രൂപം കൊടുത്തു. യുദ്ധത്തിനെതിരായി 1940 സെപ്തംബർ 15 ന് മലബാറി ലെങ്ങും കരിദിനം കൊണ്ടാടി. മർദ്ദകരായ പൊലീസുകാർക്കെതിരായി മൊറാഴയിൽ ജനരോഷം ആളിക്കത്തി. പൊലീസുകാരൻ കൊല്ലപ്പെട്ട കേസിലെ പല പ്രതികളും ഹോസ്ദുർഗ്ഗ് താലൂക്കിലെ നീലേശ്വരം പ്രദേ ശങ്ങളിൽ ഒളിവിൽ കഴിഞ്ഞു. ശ്രീ. ഇ കെ നായനാർ അടക്കം. അവിടെ ഗ്രാമങ്ങളിൽ പൊലീസുകാരുടെ തേർവാഴ്ചയായിരുന്നു. സാമ്രാജ്യ യുദ്ധ ത്തിനും പൊലീസ് മർദ്ദനത്തിനും എതിരായി കാസർഗോഡ് കർഷക സംഘം ശക്തമായ പ്രക്ഷോഭങ്ങൾ സംഘടിപ്പിച്ചു.

ഇതെല്ലാം 1941 മാർച്ച് 29 ന് കയ്യൂർ സമര ഭാഗമായി ഒരു പൊലീസുകാ രന്റെ ജീവഹാനിയിലേക്ക് നയിച്ചു. കയ്യൂർ കേസിലെ പ്രതികളെ കണ്ടെ ടുക്കാൻ അഥവാ കർഷക സംഘത്തെ അടിച്ചമർത്താൻ പൊലീസും എം എസ് പിയും കിണഞ്ഞു പരിശ്രമിച്ചു. പാവപ്പെട്ടവരെയും ഭീഷണിപ്പെ ടുത്തി. കൈക്കൂലിയും പാരിതോഷികവും അവർ പിഴിഞ്ഞെടുത്തു. അവ കിട്ടാൻ കഴിയാത്തപ്പോൾ അവരെ കഠിനമായി മർദ്ദിച്ചു. പല ഗ്രാമോദ്യോ ഗസ്ഥന്മാരും പൊലീസിനോടൊപ്പം ജനമർദ്ദനത്തിൽ പങ്കെടുത്തു.

ഈ പശ്ചാത്തലത്തിൽ തെക്കൻ കർണ്ണാടകത്തിലെ ജില്ലാ ബോർഡ് അംഗവും കോൺഗ്രസ് നേതാവുമായ നീലേശ്വരം സി കെ രാഘവൻ നമ്പ്യാർ ഈ സ്ഥിതിവിശേഷത്തിനെതിരായി പരസ്യാന്വേഷണം നടത്തു വാൻ ജില്ലാ കളക്ടർ സുബ്രഹ്മണ്യത്തിന് നിവേദനം നല്കി. (ഈ വസ്തു തകൾ *എന്റെ കയ്യൂർ റയട്ട്* എന്ന ഗ്രന്ഥത്തിൽ (1978) വിവരിച്ചിട്ടുണ്ട്.) കളക്ടർ നേരിട്ട് പൊലീസുകാരുടെയും എം എസ് പിയുടെയും പ്രവർത്ത നങ്ങൾ അന്വേഷിക്കുവാൻ ഹോസ്ദുർഗിൽ ക്യാമ്പ് ചെയ്തു. ഗ്രാമാധി കാരികളാണ് കൈക്കൂലിക്കാരെന്നും തങ്ങൾ തികച്ചും നിയമപാലകരാ ണെന്നും വരുത്തേണ്ടത് എം എസ് പിയെ സംബന്ധിച്ച് ഒരാവശ്യ മായിത്തീർന്നു. ജമേദാർ മാധവൻ നായർക്ക് ഇതിനൊരവസരവും ലഭിച്ചു.

കുട്ടമത്ത് കുന്നിയൂർ കുടുംബാംഗമായ കരുണാകരക്കുറുപ്പ് (അമ്മാ വൻ) അന്ന് കയ്യൂർ പരിസരത്തിലെ ഗ്രാമമായ തിമിരിയിലെ പട്ടേലായി രുന്നു. ദേശാഭിമാനിയും കവിയും സംസ്കൃത പണ്ഡിതനുമായ അദ്ദേഹം കർഷക സംഘം ഭാരവാഹികൾക്കെതിരായി പൊലീസിനാവശ്യമായ റിപ്പോർട്ടുകൾ നല്കിയില്ല. അതിനാൽ പൊലീസ് മർദ്ദനം തിമിരിയിൽ

വേണ്ടത്ര ശക്തമായില്ല. അന്നത്തെ റവന്യൂ ഇൻസ്പെക്ടർ കെ സി ബാല കൃഷ്ണൻ നായർ കുറുപ്പിനെതിരായി ഒരു റിപ്പോർട്ട് അയക്കുകയും ചെയ്യു കയില്ല.

കുറുപ്പിന്റെ മരുമകനായ കുഞ്ഞിരാമക്കുറുപ്പ് അന്ന് തെക്കെ തൃക്ക രിപ്പൂർ പട്ടേൽ ആയിരുന്നു. ജമേദാർക്ക് ഒരവസരം വീണു കിട്ടി. എന്നെ ങ്കിലും പട്ടേൽ പണി കിട്ടിയാൽ കൊള്ളാം എന്ന നിലയിൽ ആ ഗ്രാമ ത്തിലെ ഒരു വി പി പി മുഹമ്മദ് കുഞ്ഞി ഗ്രാമഭരണ പരീക്ഷ പാസായി നില്ക്കുകയായിരുന്നു. അയാൾ ജമേദാരുടെ ഒരു സുഹൃത്തായി മാറി. തെയ്യം കെട്ടിയാടുന്ന മലയരും വണ്ണാന്മാരും തെയ്യം കെട്ടുവാൻ പുറപ്പെ ടുന്നതിന് മുമ്പ് നാട്ടുപ്രമാണിയെയും ഗ്രാമപ്രധാനിയെയും ചിലപ്പോൾ മൂന്നുപണം കാഴ്ച വെച്ചു തൊഴുതു വരുന്ന പതിവുണ്ടായിരുന്നു. ഒരാ ചാരമെന്ന നിലയിലും ഒരു ഫ്യൂഡൽ കാണിക്കയെന്ന നിലയിലും ആ പണവും 'അരിയും കുറിയും' പട്ടേൽ സ്വീകരിച്ചു. എന്തായാലും ഈ പണം കൈക്കൂലി നല്കിയതാണെന്ന് തെയ്യക്കാരനും താൻ സ്വീകരിച്ചു വെന്ന് കുഞ്ഞിരാമക്കുറുപ്പും നിർബ്ബന്ധിക്കപ്പെട്ടപ്പോൾ ജമേദാർക്ക് മൊഴി റിക്കാർഡ് ചെയ്ത് ഒപ്പിട്ടുകൊടുത്തു.

ഒരു പാരമ്പര്യനിയമനം

ഫലമാകട്ടെ കളക്ടർ അന്വേഷണം നടത്തുമ്പോൾ ജമേദാർ ഈ മൊഴി ഹാജരാക്കി. കുറുപ്പ് അതേസമയം സർവ്വീസിൽനിന്നും ഡിസ്മിസ് ചെയ്യപ്പെട്ടു. പകരം മുഹമ്മദ് കുഞ്ഞിയെ പട്ടേൽ ആയി തല്ക്കാലം നിശ്ച യിക്കുകയും ചെയ്തു. ഇത് സാംസ്കാരിക പാരമ്പര്യമുള്ള കുട്ടമത്ത് കുടും ബത്തിന് ഒരടിയായിരുന്നു. അതോടെ കുടുംബത്തിലെ ഒരു പട്ടേൽ സ്ഥാനം നഷ്ടപ്പെടുകയും ചെയ്തു. കുടുംബത്തിന്റെ പരമ്പരാഗതമായ അവകാശം നഷ്ടപ്പെടുത്തുവാൻ കളക്ടർക്ക് അധികാരമില്ലെന്നും അതിനാൽ കുടുംബത്തിലെ മറ്റൊരംഗത്തെ നിയമിക്കണമെന്നും ഹർജികൾ സമർപ്പി ക്കപ്പെട്ടു.

തന്റെ താവഴി ശാഖയുടെ അവകാശമായ പട്ടേൽ പണി തന്റെ പൂർവ്വിക സ്വത്തെന്ന നിലയിൽ തന്റെ മൈനർ പുത്രന് അവകാശപ്പെട്ട താണെന്ന് എന്റെ അമ്മയും കുഞ്ഞിരാമക്കുറുപ്പിന്റെ ഇളയമ്മയുമായ ജാനകി അമ്മ ഹോസ്ദുർഗ്ഗ് വക്കീൽ സി എം കുഞ്ഞമ്പു നായർ മുഖാ ന്തരം അധികാരികൾക്ക് ഹർജി നല്കി. അതനുവദിക്കപ്പെട്ടു. മൈനർ പ്രായപൂർത്തിയെത്തി മൂന്നു വർഷത്തിനുള്ളിൽ പരീക്ഷ പാസായി ജോലി യിൽ പ്രവേശിക്കണമെന്നും അതുവരെ ഒരു ഡെപ്യൂട്ടി പട്ടേലിനെ നിയ മിക്കുവാനും പുത്തൂർ റവന്യൂ ഡിവിഷണൽ ഓഫീസർ അമ്മയോടാവ ശ്യപ്പെട്ടു. (ആർ ഡിഡ് 3889/42 23 ജൂൺ 1942) അങ്ങനെ മൂന്നു വയസ്സിൽ പട്ടേലായി നിയമിക്കപ്പെട്ടു.

ശ്രീ. മുഹമ്മദ് കുഞ്ഞിയാകട്ടെ ഡെപ്യൂട്ടി പട്ടേലായുള്ള തന്റെ നിയമനം അംഗീകരിക്കുവാനുള്ള സമ്മർദ്ദ തന്ത്രങ്ങൾ സ്വീകരിച്ചു. ഗ്രാമ

ത്തിലെ വൻകിട ഭൂവുടമയായ ഉടുമ്പുതല നാലുപുരപ്പാട്ടിൽ മമ്മദുകു
ഞ്ഞിയുടെ എസ്റ്റേറ്റ് ഭരണം ഒരവസരത്തിൽ നോക്കിയിരുന്നത് കുട്ടമത്ത്
കുടുംബത്തിലെ രയരോത്തു താവഴിക്കാരണവരായ കൃഷ്ണക്കുറുപ്പ്
ആയിരുന്നു. അദ്ദേഹമിപ്പോൾ മുഴുവൻ കുടുംബത്തിന്റെയും കാരണവ
രായി വന്നു. ഡെപ്യൂട്ടി പട്ടേൽ ജന്മിയായ മമ്മദുകുഞ്ഞിയുടെ ശുപാർശ
യോടെ കൃഷ്ണക്കുറുപ്പിനെ സമീപിച്ചു. കുറുപ്പ് തന്റെ അനുജൻ കേശ
വക്കുറുപ്പിന്റെ ഭാര്യാ സഹോദരനായ മണ്ണം പൊയിൽ ചാപ്പക്കുറുപ്പ് (അ
ച്ഛൻ) എന്നവരിലൂടെ അമ്മയിൽ സമ്മർദ്ദം ചെലുത്തി.

ശ്രീ. മുഹമ്മദ് കുഞ്ഞിയെത്തന്നെ നിയമിക്കുന്നതിൽ റവന്യൂ ഉദ്യോ
ഗസ്ഥരും താല്പര്യം കാണിച്ചു. മുസ്ലീങ്ങൾ ധാരാളമായുള്ള ഗ്രാമങ്ങൾക്കു
ഒരു മുസ്ലീം തന്നെയാണ് അഭികാമ്യമെന്നും ദേശീയപ്രസ്ഥാനത്തിന്റെ
കാലത്ത് അയാളുടെ ബ്രിട്ടീഷുകാരോടുള്ള കൂറും വിശ്വസ്തതയും
ചോദ്യം ചെയ്യപ്പെടാത്തതാണെന്നും അയാളെത്തന്നെ മൈനർ പട്ടേലിന്റെ
രക്ഷിതാവ് ജാനകി അമ്മ അംഗീകരിക്കുന്നുവെന്നും മറ്റും കാണിച്ച് മുഹ
മ്മദ് കുഞ്ഞിയുടെ നിയമനം ആർ ഡി ഒ പുത്തൂർ അംഗീകരിച്ച് കല്പന
പുറപ്പെടുവിച്ചു. (ആർ ഡി എസ് 5095/43 30 ജൂൺ 1943) അമ്മ മുഹമ്മദ്
കുഞ്ഞിയെ സമ്മർദ്ദത്തിന് വിധേയമായി അംഗീകരിച്ചതിൽ അന്ന് പ്രതി
ഫലമായി 75 രൂപ നേടി. കുടുംബത്തിലെ തന്നെ മറ്റു ഹർജിക്കാർ നിരാ
ശരുമായി. മൈനർ പട്ടേലിനാവശ്യമായ വിദ്യാഭ്യാസച്ചെലവടക്കമെള്ള
അനേകം വാഗ്ദാനങ്ങൾ ഡെപ്യൂട്ടി പട്ടേൽ അന്ന് ആ തറവാട്ടമ്മയോടു
ചെയ്തിരുന്നു.

ഒരു വ്യാഴവട്ടക്കാലം പെട്ടെന്ന് കടന്നുപോയി. ഇന്ത്യ സ്വാതന്ത്ര്യം
നേടി. ദാരിദ്ര്യത്തിലും പട്ടിണിയിലുമായിരുന്നു ബഹുഭൂരിപക്ഷം ജനവി
ഭാഗവും. അതെല്ലാം കൊളോണിയൽ ഭരണത്തിന്റെ സംഭാവനയും.
പുതിയ രാഷ്ട്ര നിർമ്മാണ ശ്രമങ്ങൾ നടന്നു. മൈനർ പട്ടേൽ മേജറായി
കഴിഞ്ഞു. ഹൈസ്കൂൾ വിദ്യാഭ്യാസം പ്രശസ്തനിലയിൽ അവസാനി
ക്കുകയും ചെയ്തു. എന്റെ ഡെപ്യൂട്ടി പട്ടേൽ (ഇനിമേൽ ഡി പി)
എന്നെയും അമ്മയെയും പൂർണ്ണമായും മറന്നുകഴിഞ്ഞിരുന്നു. സമ്പത്തും
ഐശ്വര്യവും കൈവന്നപ്പോൾ തന്റെ വാഗ്ദാനങ്ങളും ബന്ധങ്ങളും എല്ലാം
ഡി പി വിസ്മരിച്ചു.

ജോലി മടക്കിത്തരണമെന്ന് ഡി പിയോട് എന്റെ മൂത്ത സഹോദരീ
ഭർത്താവ് വൈ എം സി കുഞ്ഞുണ്ണിക്കുറുപ്പും കുടുംബസുഹൃത്ത് പയ്യാ
ടക്കൻ കുഞ്ഞിരാമൻ നായരും (പയ്യന്നൂർ കോളേജ് പ്രിൻസിപ്പൽ എ കെ
രാഘവൻ നമ്പ്യാരുടെ ഭാര്യാപിതാവ്) ആവശ്യപ്പെട്ടു. തറവാട്ടുവക നഷ്ട
പ്പെട്ടുപോയ ജോലി വീണ്ടെടുത്തു കുറച്ചു കഴിഞ്ഞാൽ അദ്ദേഹത്തിന്
തന്നെ മടക്കിത്തരാമെന്നും മൈ. പ (മൈനർ പട്ടേൽ) കോളേജ് വിദ്യാ
ഭ്യാസത്തിന് പോകുന്നതാണെന്നും കൂടി അവർ സൂചിപ്പിച്ചു. തന്നോട്
മാന്യമായി പെരുമാറിയിട്ടുള്ള നിലയിൽ മാന്യമായ മറുപടി തരാമെന്ന്
ഡി പി അവരോട് മറുപടി പറഞ്ഞു.

ഒരു നിയമയുദ്ധം ആരംഭിക്കുന്നു

പക്ഷേ, പട്ടേൽ ജോലി വിടുകയെന്നത് ഡി പിക്ക് ചിന്തിക്കുക സാദ്ധ്യ മായിരുന്നില്ല. അന്ന് അമ്മയ്ക്കു നല്കിയ 75 ക. കടം വാങ്ങിയിട്ടാണെന്ന് പറയപ്പെടുന്നു. ഇന്നുള്ള പണവും പ്രതാപവും കെട്ടിടങ്ങളും കാറും കനറാ ഓയിൽ മില്ലും എല്ലാം ഒരു വ്യാഴവട്ടത്തിനുള്ളിൽ നേടിയതായിരുന്നു. തകർന്നുപോയ താഴക്കാട്ട് മനയിലെ അംഗങ്ങൾ ആളോഹരി ഭാഗംവെ ച്ചപ്പോൾ നാലോ അഞ്ചോ ഷെയറുകൾ വിലയ്ക്കു വാങ്ങിയും ആ ഷെയറു കളിൽ സ്വാധീനമുപയോഗിച്ച് ഏറ്റവും നല്ല സ്വത്തുക്കൾ വിലകുറച്ച് ഉൾക്കൊള്ളിച്ചുകൊണ്ടും ഡി പി ഒരു വലിയ ജന്മിയായി മാറിയിരുന്നു. മൈനർ പട്ടേലിന്റെ അവകാശം നിഷേധിക്കുകയാണ് ഡി പി ചെയ്തത്. തെക്കൻ കർണ്ണാടക ജില്ലയിൽ ഇത്തരത്തിൽ അനേകം കേസുകൾ കാണാം. മൂലഗണിക്കാരനും ചാലഗണിക്കാരനും തമ്മിൽ ഭൂസ്വത്തുക്കൾ സംബ ന്ധിച്ചുള്ള അവകാശത്തർക്കം പോലെ മറ്റൊരു നിയമയുദ്ധം അങ്ങനെ ആരംഭിച്ചു.

ഗ്രാമോദ്യോഗസ്ഥന്മാരുടെ പാരമ്പര്യാവകാശം സംബന്ധിച്ച നിയമ ങ്ങളുടെ ചട്ടങ്ങളിൽ 1949 ലും മറ്റും മദ്രാസ് ഗവൺമെന്റ് ചില ഭേദഗതി കൾ കൊണ്ടുവന്നിരുന്നു. ഡിസ്മിസ് ചെയ്യപ്പെട്ട ഉദ്യോഗസ്ഥനും മൈനർ ഉദ്യോഗസ്ഥനും കൂട്ടായ സ്വത്തുക്കൾ നിലവിലുണ്ടെങ്കിൽ ആദ്യത്തെ ആൾ ജീവിച്ചിരിക്കുമ്പോൾ മൈനർക്ക് പ്രായപൂർത്തിയെത്തിയാലും പാര മ്പര്യപ്രകാരം ജോലിക്ക് അർഹതയില്ലെന്നുള്ളതാണ് ഒരു ചട്ടം. പാരമ്പര്യം അനുവദിച്ചതുപോലെ പാരമ്പര്യം നിഷേധിക്കുന്നതായിരുന്നു ഈ ചട്ടം. ഏതായാലും ഈ ചട്ടത്തെ ഉപയോഗപ്പെടുത്തുവാൻ ഡി പി തീരുമാനിച്ചു.

കുഞ്ഞിരാമക്കുറുപ്പ് തന്റെ ഡിസ്മിസലിന് ശേഷം രണ്ടാം ലോക യുദ്ധത്തിൽ സൈനികനായി ചേരുകയും പിരിഞ്ഞുവന്നപ്പോൾ അദ്ധ്യാ പക പരിശീലനം കഴിച്ച് അദ്ധ്യാപകനായി ജോലി ചെയ്യുകയുമായിരുന്നു. കുട്ടമത്തു കുടുംബം ആളോഹരി ഭാഗത്തിനായി അമ്മയടക്കം ഞങ്ങൾ നാലുപേർ അച്ഛന്റെ നേതൃത്വത്തിൽ കൃഷ്ണക്കുറുപ്പ് കാരണവർക്കെതി രായി അന്യായം ഫയൽ ചെയ്ത് വിധി സമ്പാദിച്ചിരുന്നു. ഫ്യൂഡൽ സ്ഥാപ നമായ മരുമക്കത്തായ കൂട്ടുകുടുംബത്തിനെതിരായി നീണ്ട കോടതി യുദ്ധ ങ്ങൾ നടത്തി തളർന്നവശനായ അച്ഛൻ അപ്പോഴേക്കും (1952) കാലഗതി പ്രാപിച്ചിരുന്നു.

ഡി പിയുടെ സുഹൃത്തും ബന്ധുവുമായ ഒരു അബ്ദുറഹിമാൻ മംഗ ലാപുരത്തെ തെക്കൻ കർണ്ണാടക ജില്ലാ കളക്ടർ നരസിംഹന് മദ്രാസ് ചട്ടങ്ങൾ പ്രകാരം 1942 ലെ മൈനർ പട്ടേൽ നിയമന ഉത്തരവ് പുനഃപരി ശോധിക്കുവാൻ അപേക്ഷിച്ച് ഹർജി കൊടുത്തു. രണ്ടാഴ്ചയ്ക്കുള്ളിൽ ഈ ഹർജിയിൽ അന്വേഷണം നടത്തി കളക്ടർ കുഞ്ഞിരാമക്കുറുപ്പിന്റെ ജീവിതകാലം മൈനർ പട്ടേലിന് ഈ ജോലിക്ക് അർഹതയില്ലെന്ന് ഒരു വിധി പാസാക്കി. ഈ വിധി കറവപ്പശുവടക്കമുള്ള ഉപഹാരങ്ങളുടെ

ആകർഷകത്വം കൊണ്ടായിരുന്നുവെന്ന് അന്ന് പലരും പറഞ്ഞുകേട്ടു.

സ്ഥിതിഗതികൾ ഇവിടെ എത്തിയപ്പോൾ അമ്മയുടെ കേസുകളിലെ അധ്യക്കേറ്റായ ശ്രീ. കെ ശിവകൃഷ്ണ മാരാർ അപ്പോൾ തലശ്ശേരിയിൽ തന്നെ താമസമാക്കിയിരുന്ന തെക്കെ തൃക്കരിപ്പൂർ ജന്മിയായ ഉടുമ്പുതല മമ്മദുകുഞ്ഞിയോടൊപ്പം ഒരു ദിവസം അപ്രതീക്ഷിതമായി അഴിയൂരിലെ ഞങ്ങളുടെ ഭവനത്തിലെത്തി എന്തുവന്നാലും പട്ടേൽ അവകാശം ഡി പിക്ക് കൈയൊഴിഞ്ഞു കൊടുക്കരുതെന്നും അത് വീണ്ടെടുക്കാൻ എല്ലാ വിധ സഹായസഹകരണങ്ങളും ചെയ്യുവാൻ വക്കീൽ സാക്ഷിയായി താൻ തയ്യാറാണെന്നും ഉടുമ്പുതല അമ്മയോട് വാഗ്ദാനം ചെയ്യുകയും ചെയ്തു. പണ്ട് ഈ പണി ഡി പിക്ക് കൊടുപ്പിക്കാൻ താൻ ശ്രമിച്ചതുപോലെ അതു വീണ്ടെടുത്തു തരുവാനും തനിക്ക് ധാർമ്മിക ബാദ്ധ്യതയുണ്ടെന്ന് അദ്ദേഹം സൂചിപ്പിച്ചു. എന്തായാലും അന്ന് നടന്ന നിയമയുദ്ധങ്ങളുടെ അന്ത്യംവരെ ഒരു രക്ഷിതാവിനെപ്പോലെ അദ്ദേഹം ഞങ്ങളുടെ കൂടെ നില്ക്കുകയും ആ വാഗ്ദാനം നിറവേറ്റുകയും ചെയ്തു.

മൈനർ പട്ടേലിന്റെ അവകാശം നിഷേധിക്കണമെന്നുള്ള അബ്ദുറ ഹിമാന്റെ അപേക്ഷ 1956 ഒക്ടോബർ 8 നായിരുന്നു. അതായത് പണി തിരിച്ചു കിട്ടണം എന്ന് ഞങ്ങൾ ആവശ്യപ്പെട്ടതിനു ശേഷം കുഞ്ഞിരാമ ക്കുറുപ്പിന്റെ ജീവിതകാലം ജോലിയിൽ പ്രവേശിക്കാൻ പാടില്ലെന്നുള്ള കളക്ടറുടെ കല്പന ഒക്ടോബർ 29 ന് തന്നെയായിരുന്നു. ആർ ഡി ഒ 1949 ൽ പുറപ്പെടുവിച്ച കല്പനയുടെ ഭേദഗതിയാണ് ഈ കല്പന. രണ്ടു ദിവസങ്ങൾക്കു ശേഷം കേരള സംസ്ഥാനപ്പിറവിയാണ്. കാസർഗോഡ് താലൂക്ക് കേരളത്തിലേക്ക് വരുന്നു. എന്നെ സംബന്ധിച്ച് ഫലത്തിൽ ഒര വകാശ നിഷേധവും യാഥാർത്ഥ്യമാകുന്നു.

അന്നത്തെ മലബാർ കളക്ടറായ പി കെ നമ്പ്യാർ മുമ്പാകെ അധ്യ ക്കേറ്റ് വി വി രാമയ്യർ മുഖാന്തിരം (വി ആർ കൃഷ്ണയ്യരുടെ അച്ഛൻ) 23 നമ്പർ 56 ന് നീതിക്കുവേണ്ടി മൈ പ. ഹർജി സമർപ്പിച്ചു. മറ്റൊരു കളക്ക റുടെ കല്പന, അത്രെ നീതിവിരുദ്ധമായാലും താൻ റദ്ദാക്കുന്നത് ശരി യല്ലെന്നതിനാൽ അദ്ദേഹം അത് സ്വന്തം അഭിപ്രായത്തോടുകൂടെ (A5/ 4294/57, 1957 ആഗസ്ത് 11 ന്) തിരുവനന്തപുരം റവന്യൂ ബോർഡിന് അയച്ചുകൊടുത്തു. ബോർഡ് തെക്കൻ കർണ്ണാടക ജില്ലാ കളക്ടറുടെ തീരുമാനം റദ്ദാക്കുകയും 1943 ലെ ആർഡി ഒ വിന്റെ കല്പന സാധൂകരി ക്കുകയും ചെയ്തു. (സെക്രട്ടറി ഡി ഡിസ് ആർ ഇ 12 26820/57 1957 ഒക്ടോബർ 19) ആദ്യ ഹർജിക്കാരനായ അബ്ദുറഹ്മാൻ നാടു നന്നാ കണം എന്ന ആഗ്രഹത്തോടെ ഈ തീരുമാനത്തിനെതിരായി ഗവൺമെന്റിൽ അപ്പീൽ ബോധിപ്പിച്ചുവെങ്കിലും ആ ഹർജി 1958 ആഗസ്ത് 18 ന് ഗവൺമെന്റ് തള്ളിക്കളഞ്ഞു. മൂന്നുവർഷം നീണ്ടുനിന്ന നിയമയു ദ്ധത്തിന്റെ ഒന്നാം ഘട്ടം അങ്ങനെ മൈനർ അവകാശിക്ക് ഗുണമായി കലാശിച്ചു.

രണ്ടാം ഘട്ടം

ഈ ഹർജികൾ തീരുമാനിക്കപ്പെട്ടിരിക്കുമെന്നതിനാൽ അഡ്വക്കേറ്റ് കെ എം കെ നായർ മുഖേന മൈ. പ നിയമന ഉത്തരവിനായി കാസർഗോഡ് ആർ ഡി ഓവിനെ സമീപിച്ചു. ഇതിനിടയിൽ അംശം ഉദ്യോഗസ്ഥരുടെ പരീക്ഷ മൈ. പ. പാസാവുകയും ചെയ്തു. പരീക്ഷ തോല്പിക്കാൻ പറ്റുമോ എന്നും മറുഭാഗം അന്വേഷിച്ചു നടന്നിരുന്നു. മൈ. പ 1957 ആഗസ്ത് 14 ന് സമർപ്പിച്ച ഹർജിയിൽ ആർ ഡി ഒ നിയമന ഉത്തരവ് നല്കി. (ഡി ഡിസ്. 7117/57, 57 നവംബർ 28)

ഡി പിയെ പിരിച്ചുവിട്ടുകൊണ്ടുള്ള ഈ കല്പന കിട്ടിയപ്പോൾ പ്രതീക്ഷിച്ചതുപോലെ അയാൾ കണ്ണൂർ ജില്ലാ കളക്ടർക്ക് 57 നവംബർ 29 ന് അഡ്വക്കേറ്റ് കെ ചന്ദ്രശേഖരൻ മുഖാന്തിരം (മുൻവിദ്യാഭ്യാസ മന്ത്രി) അപ്പീൽ സമർപ്പിച്ചു. ഗ്രാമ പുനഃസംഘടന നടക്കുവാൻ പോകുമ്പോൾ പുതിയ നിയമനങ്ങൾ നടത്തരുതെന്നും മറ്റുമായിരുന്നു വാദമുഖം. ആർ ഡി ഓവിന്റെ നിയമനം കളക്ടർ ചന്ദ്രഭാനു തല്ക്കാലം സ്റ്റേ ചെയ്തു കൊടുത്തു (A527089/57/57 നവംബർ 30) ഈ സ്റ്റേ ഹർജി കളക്ടർ പിൻവലിച്ചത് ഇവിടെ നിയമനം 1942 ൽ നടന്നിരിക്കുന്നുവെന്ന പേരിൽ 58 ജൂലൈ 19 നായിരുന്നു. മൈനർക്കുവേണ്ടി ഹാജരായത് തലശ്ശേരി മുനിസിപ്പൽ ചെയർമാൻ അഡ്വ. എ വി കെ നായരായിരുന്നു.

കളക്ടർ ഹർജി തള്ളിയതിനെതിരായി രണ്ടാമത്തെ അപ്പീൽ ഡി പ 58 ആഗസ്ത് 2 ന് റവന്യൂ ബോർഡ് ഒന്നാം മെമ്പർ മുമ്പാകെ ഫയൽ ചെയ്തു. ജില്ലാ കളക്റുടെ കല്പന ബോർഡ് തല്ക്കാലമായി സ്റ്റേ ചെയ്തു.

ഇതിനിടയിൽ പഴയ ഹർജിക്കാരനും സ്വരാജ്യസ്നേഹിയുമായ അബ്ദുൾറഹിമാൻ കാസർഗോഡ് സബ് കോടതിയിൽ കേരള ഗവൺമെന്റിനെതിരായി കളക്ടറേയും മൈനറേയും പ്രതികളാക്കി ചേർത്ത് തന്റെ പഴയ ഹർജി റവന്യൂ ബോർഡ് 57 ഒക്ടോബർ 19 ന് തള്ളിയത് തെറ്റാണെന്നും മൈനർ പട്ടേൽ ജോലിയിൽ പ്രവേശിക്കുന്നത് തടയണമെന്നും കാണിച്ച് ഒ എസ് 43/1958 നമ്പർ കേസ് ഫയൽ ചെയ്തു. ഗവൺമെന്റ് 58 ആഗസ്ത് 18 ന് തന്റെ ഹർജി തള്ളിയതിന്റെ പേരിലാണ് ഈ ഒറിജിനൽ സ്യൂട്ട് ഫയൽ ചെയ്തതെന്ന് അയാൾ ബോധിപ്പിച്ചു. കോടതി താല്ക്കാലികമായി ഹർജിക്കാരന് ഒരു സ്റ്റേ അനുവദിച്ചുകൊടുത്തു. ഫലത്തിൽ ഒരേ കാര്യത്തിൽ റവന്യൂ ബോർഡിന്റെയും സബ്കോടതിയുടെയും സ്റ്റേനേടിയത് ഡി പിയുടെ ഒരു വിജയമായി പരിഗണിക്കാം.

ഡി പി റവന്യൂ ബോർഡിൽ കൊടുത്ത ഹർജിയും മൈനറുടെ വാദവും എല്ലാം 58 നവംബർ 14 ന് കെ പി കെ മേനോൻ മുമ്പാകെ വിചാരണയ്ക്കു വന്നു. സബ്കോടതി അനുവദിച്ച 43/58 സ്യൂട്ടിലെ സ്റ്റേ ഓർഡർ ഡി പി ബോർഡിന് മുമ്പാകെ കാണിക്കുകയും ബോർഡ് ആ കേസിന്റെ വിധിക്ക് കാത്തിരിക്കുകയും ചെയ്തു.

സബ്കോടതി അനുവദിച്ച താല്ക്കാലിക സ്റ്റേ കല്പന ഒരു സ്ഥിരം

കല്പനയായി അനുവദിക്കണമെന്ന മറ്റൊരു ഹർജി അബ്ദു റഹിമാൻ കേരള ഹൈക്കോടതിയിൽ സി ആർ പി നമ്പർ 200/59 ആയി ഫയൽ ചെയ്യുകയും അത് 59 ജൂൺ 1 ന് തള്ളിക്കളയുകയും ചെയ്ത ഹൈക്കോടതി സബ്കോടതിയോട് കഴിയുന്ന വേഗം കേസ് തീരുമാനിക്കാനാവശ്യപ്പെടുകയും ചെയ്തു.

ഈ പരിതഃസ്ഥിതിയിൽ മൈനർ റവന്യൂ ബോർഡിന്റെ സ്റ്റേ പിൻവലിക്കുവാനും ജോലിയിൽ പ്രവേശിക്കാൻ സഹായിക്കുവാനും ബോർഡിനോട് അപേക്ഷിച്ചു. ബോർഡ് ഡി പിയുടെ റിവിഷൻ ഹർജി തള്ളുകയും ചെയ്തു. (ഡി ഡിസ് 21236/58, 59 ആഗസ്റ്റ് 1, തുടർന്നു സബ്ജഡ്ജി ശ്രീ. പി വി മാധവമാരാർ 59 സെപ്തംബർ 2 ന് സ്റ്റേ ഹർജി തള്ളിക്കളഞ്ഞു) കോടതിയുടെ ഈ വിധികൾ മൈനറുടെ അവകാശം സ്ഥിരീകരിക്കുന്നതായിരുന്നു.

മൂന്നാം ഘട്ടം

ബോർഡിന്റെ തീരുമാനത്തിനെതിരായി ഡി പി അഡ്വ. കെ ചന്ദ്രശേഖരൻ മുഖാന്തിരം നിയമനം റദ്ദാക്കുവാൻ വീണ്ടും ഹർജി നല്കി. അവസാനമായി ഗവൺമെന്റ് മൈനർ പട്ടേലിനെ ജോലിയിൽ പ്രവേശിക്കുവാൻ അനുവദിച്ചു. (റവന്യൂ (ഡി) ജി ഒ എം എസ് നമ്പർ 1015/റവ. 10 നമ്പർ 1959)

ഗവൺമെന്റിന്റെ തീരുമാനത്തിന്റെ വെളിച്ചത്തിൽ മൈ. പ ജോലിയിൽ പ്രവേശിക്കാൻ ഹോസ്ദുർഗ്ഗ് തഹസിൽദാരെ സമീപിച്ചു. അതനുവദിച്ചുകൊണ്ട് തഹസിൽദാർ 59 നവംബർ 28 ന് (റഫ് ബി 2,5244/59) കല്പന നല്കി. അന്ന് തൃക്കരിപ്പൂർ പട്ടേൽ ചാർജ് വഹിച്ചിരുന്നത് ശ്യാൻഭോഗ് വാസുദേവയ്യയായിരുന്നു. പട്ടേൽ തന്റെ ചാർജ് തിരിച്ചെടുത്തുവെന്ന് പറഞ്ഞ് അയാൾ കല്പന നിഷേധിച്ചു.

വീണ്ടും ഡി പി 12 ഡിസംബർ 59 ന് താൻ ഹൈക്കോടതി മുമ്പാകെ റിട്ട് ഫയൽ ചെയ്തിട്ടുണ്ടെന്നും അതിനാൽ അതിന്റെ തീരുമാനംവരെ മൈനറെ ജോലിയിൽ പ്രവേശിപ്പിക്കരുതെന്നും കണ്ണൂർ ജില്ലാ കളക്ടർക്ക് ഹർജി നല്കി. വാസ്തവത്തിൽ ഹൈക്കോടതി ഡി പി ആവശ്യപ്പെട്ട ഇഞ്ചങ്ഷൻ തള്ളിയത് കളക്ടറിൽനിന്നും ഒളിച്ചുവെക്കുകയാണുണ്ടായത്. അഡ്വക്കേറ്റ് ടി എസ് വെങ്കടേശ്വരയ്യർ മുഖാന്തിരം ഹൈക്കോടതിയിൽ സി എം പി 5524/59 ആയി 1959 ഡിസംബർ 7 ന് ഹർജി ഫയൽ ചെയ്തു. അനുബന്ധമായ ഇഞ്ചങ്ഷൻ ഹർജി ചീഫ് ജസ്റ്റിസ് കെ ശങ്കരൻ തള്ളിക്കളയുകയും ഒ പി ഫയലിൽ സ്വീകരിക്കുകയും ചെയ്തു. (11 ഡിസംബർ 1959)

വീണ്ടും 59 ഡിസംബർ 25 ന് ഡി പി കണ്ണൂർ കളക്ടർ മുമ്പാകെ തന്റെ റിട്ട് ഹർജിയിൽ തീരുമാനമാകുന്നതുവരെ മൈനറെ ജോലിയിൽ ചേരാൻ അനുവദിക്കരുതെന്നും സ്റ്റേ അനുവദിക്കണമെന്നും കേരള ഗവൺമെന്റിന് ഹർജി കൊടുത്തിട്ടുണ്ടെന്നും ബോധിപ്പിച്ചു. റവന്യൂ സെക്ര

ട്ടറി സ്റ്റേ നല്കാമെന്നും പറഞ്ഞതായി ജി പി കൂട്ടിച്ചേർത്ത് ആ ഹർജി കളക്ടർക്ക് മടക്കിയിട്ടുണ്ടെന്നും ഈ വാദം സത്യവിരുദ്ധമാണെന്നു മന സ്സിലാക്കിയ കളക്ടർ 1960 ജനുവരി 7 ന് ഗവൺമെന്റിന്റെ ഓർഡർ നടപ്പാ ക്കുവാൻ തഹസിൽദാരോട് ആവശ്യപ്പെട്ടു.

അന്ന് ഹോസ്ദുർഗ്ഗ് തഹസിൽദാർ ശ്രീ വി വാസുദേവൻ നായരാ യിരുന്നു. നിർദ്ദേശം നടപ്പിലാക്കേണ്ടത് നീലേശ്വരം റവന്യൂ ഇൻസ്പെ ക്ടർ മാധവൻ നമ്പ്യാരും. ഇൻസ്പെക്ടറോടൊപ്പം അന്വേഷിച്ചു നടന്ന പ്പോഴൊന്നും ഡി പിയെ കണ്ടുകിട്ടിയില്ല. അവസാനം പൊലീസിലേക്ക റിയിച്ച് അറസ്റ്റു ചെയ്യിക്കേണ്ട തീരുമാനം എടുക്കേണ്ടിവരുമെന്ന് തഹ സിൽദാർ സൂചന നല്കി.

അങ്ങനെ 1960 ജനുവരി 21 ന് സന്ധ്യയോടെ ഡി പി ചാർജ് വിട്ടു തന്നു. ഈ സന്ദർഭത്തിന് സാക്ഷ്യം വഹിക്കാൻ പട്ടേൽ കരുണാകരക്കു റുപ്പ് അമ്മാവനും കൂടെയുണ്ടായിരുന്നു. മൈനർ പട്ടേലിന്റെ ഭാഗത്തു നിന്നും കേസുകൾ നടത്തുവാൻ പലപ്പോഴും സഹായിച്ചിരുന്നത് വടക്കേ തൃക്കരിപ്പൂർ പട്ടേൽ എൻ പി അബ്ദുള്ള ആയിരുന്നു. ഇദ്ദേഹത്തെ ഒരവ സരം ഡി പി സസ്പെൻഷൻവരെ എത്തിച്ചിരുന്നു.

ജോലിയിൽ പ്രവേശിച്ചപ്പോഴും സബ് കോടതിയിലെയും ഹൈക്കോ ടതിയിലെയും കേസുകൾ നിലവിലുണ്ടായിരുന്നു. അബ്ദുറഹിമാന്റെ കേസ് സബ്കോടതി 1961 ജനുവരി 31 ന് തള്ളിക്കളഞ്ഞു. ഈ വിധിക്കെതിരായി മറ്റൊരപ്പീൽ തലശ്ശേരി ജില്ലാക്കോടതിയിൽ (അപ്പീൽ കേസ്, 135/61 നമ്പർ 1961 ജൂൺ 15 ന്) സമർപ്പിക്കപ്പെട്ടിരുന്നു.

ഹൈക്കോടതിയിലെ ഒ പി 1388/59 ജസ്റ്റിസ് വൈദ്യലിംഗത്തിന്റെ ബെഞ്ചിൽനിന്നും തള്ളിക്കളഞ്ഞുകൊണ്ട് 1961 മാർച്ച് 28 ന് വിധിയായി. മൈനർക്കുവേണ്ടി അഡ്വ. വി പി ഗോപാലൻ നമ്പ്യാർ (പിന്നീട് ചീഫ് ജസ്റ്റിസ്) അഡ്വ. വി ഭാസ്കരൻ നമ്പ്യാർ (ജസ്റ്റിസ്) എന്നിവരായിരുന്നു ഹാജരായത്.

ഈ നിയമയുദ്ധങ്ങൾ ഒരു കാര്യം വ്യക്തമാക്കുന്നു. പണവും സ്വാധീ നവുമുണ്ടെങ്കിൽ എത്രയും കാലം ഇന്ത്യൻ കോടതികളിൽ അധികാര സ്ഥാപനങ്ങളിൽ കേസുകൾ നടത്താൻ കഴിയുമെന്ന്! ഏറ്റവും നല്ല ഉദാ ഹരണം ഈ കേസു തന്നെ. ഓരോ അധികാരകേന്ദ്രവും സ്റ്റേ നല്കു വാൻ കാത്തിരിക്കുകയാണെന്ന് തോന്നും. ഗവൺമെന്റ് കല്പന കളക്ടർ ഒരു സ്റ്റേ നല്കി നീട്ടിവെക്കുകപോലും ഈ കേസിൽ നടക്കുകയുണ്ടായി.

ഇന്നാലോചിക്കുമ്പോൾ കോടതി വരാന്തകളിലും വക്കീൽ മുറിക ളിലും തുലച്ചുകളഞ്ഞ മണിക്കൂറുകളെപ്പറ്റി വലിയ നഷ്ടബോധം തന്നെ. ഇതെല്ലാം 55 രൂപ മാസശമ്പളത്തിനു വേണ്ടിയായിരുന്നുവോ അതല്ല തകർന്ന ഫ്യൂഡൽ കാലത്തിന്റെ തകർന്ന ആഭിജാത്യം നിലനിർത്തു വാന്നോ എന്തിനാണെന്ന് ഉത്തരം കിട്ടുന്നില്ല.

ഫ്യൂഡൽ കാലഘട്ടത്തിൽ അങ്കം പിടിക്കുന്ന ചേകവരുടെ കഥകൾ വടക്കൻ പാട്ടുകളിൽ കാണാം. കാലം എന്നേയും ഒരങ്കക്കാരനാക്കി മാറ്റു

കയായിരുന്നു. അങ്കം സർക്കാർ ഓഫീസുകളിലും കോടതികളിലും ആണെന്നു മാത്രം. കടലാസുകളിലെ അങ്കം കണ്ടവർ കണ്ടവർ പലവിധ തീരുമാനങ്ങളെടുത്തു. ഒഴുകിക്കഴിഞ്ഞ കാലത്തെപ്പറ്റിയും നഷ്ടങ്ങളെപ്പ റ്റിയും വ്യർത്ഥമായ നാളുകളെപ്പറ്റിയും എന്തെന്നില്ലാത്ത നെടുവീർപ്പുക ളായിരുന്നു മനസ്സിൽ. ആ അങ്കത്തിന്റെ വാശി പിന്നീട് നഷ്ടപ്പെട്ട വിദ്യാ ഭ്യാസം വീണ്ടെടുക്കുവാൻ സഹായിച്ചു. ഒരുപക്ഷേ, ഈ ജീവിത സാഹ ചര്യം ഉണ്ടായിരുന്നില്ലെങ്കിൽ അങ്കം പിടിക്കുവാനുള്ള കരുത്തും അതിന് പ്രചോദനം നല്കിയവരും ഉണ്ടായിരുന്നില്ലെങ്കിൽ ഇന്നെന്താകും എന്ന് പലപ്പോഴും സംശയിക്കാറുണ്ട്.

കയ്യൂർ സമരം പട്ടേൽ ജോലി ജന്മദത്തമാക്കിയപ്പോൾ ആ സമര ചരിത്രമെഴുതേണ്ട കൃത്യവും സ്വയം ഏറ്റെടുക്കുകയായിരുന്നു. ഡി പി ഇന്നു ജീവിച്ചിരിപ്പില്ല. പക്ഷേ, അദ്ദേഹവും ചരിത്രപരമായ ഒരു ദൗത്യം നിർവ്വഹിക്കുകയായിരുന്നുവെന്ന് ചിലപ്പോൾ ചിന്തിച്ചുപോകും. (*ചരിത്ര ത്തിന്റെ പാതയിൽ എന്ന ആത്മകഥയിൽനിന്ന്*)

ശ്യാനഭോഗുകളും പട്ടേൽമാരും

(1816 ലെ മദ്രാസ് റവന്യൂ ബോർഡിന്റെ റഗുലേഷൻ വരുന്നതിനുള്ള ശുപാർശ)

1. സെക്രട്ടറിയുടെ 2-ാം തീയതിയിലെ എഴുത്ത് കൈപ്പറ്റുവാൻ കഴി ഞ്ഞിരിക്കുന്നു. കർണ്ണാടകത്തിലെ പട്ടേൽമാരെയും ശ്യാനഭോഗുക ളെയും നിയമിക്കുന്നതും അവരുടെ ജോലി സംബന്ധമായ കാര്യ ങ്ങളും പ്രതിഫലവും ഈ ഓഫീസുകളിലേക്ക് നിയമിച്ചവരുടെ വിവ രവും ആവശ്യപ്പെട്ടാണ് എഴുത്ത്.

2. ഇവരുടെ നിയമനം സംബന്ധിച്ച് പറയുമ്പോൾ അവരുടെ ഗ്രാമങ്ങ ളിൽ നിന്നുള്ള നികുതി (റെന്റ്) പിരിക്കേണ്ടവരും തഹസീൽദാർമാ രുടെ കല്പനകൾ പലവിധത്തിലുള്ളവ കർഷകർക്കു (റയട്ടു) കൈമാറ്റം ചെയ്യേണ്ടവരും കൃഷിയിൽ വരുന്ന മാറ്റങ്ങൾ റിക്കാർഡ് ചെയ്തു സൂക്ഷിക്കേണ്ടവരും ഉല്പാദനത്തിന്റെ കണക്കുകൾ സൂക്ഷി ക്കേണ്ടവരും പിരിവിനു സഹായിക്കേണ്ടവരും ആണ്.

3. ഈ രണ്ടു പേരിലും ഏറ്റവും ഉത്തരവാദമുള്ളതും പ്രയത്നമുള്ള തുമായ ജോലി ശ്യാനഭോഗന്റേതാണ്. എന്നാൽ അവ പട്ടേലുമായി കൂടുതൽ ബന്ധപ്പെടുന്നതിനാലും ഒരു വിശദാംശം രണ്ടിനും ഉപ കരിക്കും. ഉദാഹരണത്തിനു ബേക്കലിൽ 228 മഗണങ്ങളിലായി 26 ശ്യാനഭോഗന്മാരുണ്ട്. 201 പട്ടേൽമാരാണുള്ളത്. നികുതി പിരിവ് നട ക്കുന്ന മാസത്തിന്റെ 10-ാം തീയതി ശ്യാനഭോഗ് തഹസീൽദാരിന്റെ കച്ചേരിയിൽ ഹാജരായി അയാളുടെ സീലും ഒപ്പും വരുന്നതും അവർക്കു കീഴിലുള്ള ഗ്രാമങ്ങളിൽനിന്നു എടുക്കേണ്ട പിരിവിന്റെ കണക്കുകളുള്ളതുമായ റിക്കാർഡുകൾ സ്വീകരിക്കണം. ഈ കണ ക്കുകളായി അവർ ഗ്രാമങ്ങളിലേക്ക് പിരിവിന്റെ കണക്കനുസരിച്ച് ഒന്നോ രണ്ടോ മൂന്നോ പേരുകളിലായി പോകുന്നു. അവർക്കു

പോകേണ്ടുന്ന ദൂരവും കണക്കിലെടുക്കും. ഗ്രാമത്തിലെത്തിയാൽ അവർക്കു കീഴിലുള്ള പട്ടേൽമാർക്ക് കിസ്തുകൾക്കനുസരിച്ച് നോട്ടീസയക്കുന്നു. ചില റയ്ത്തുകൾ പട്ടേലന്മാർക്കു പണം നല്കുന്നു. ചിലർ ശ്യാനഭോഗരെ കാണുകയും കണക്കുതീർക്കുകയും ചെയ്യുന്നു. പട്ടേലുകൾക്കു മുമ്പാകെ ഓരോരുത്തരുടെയും കണക്കു പരിശോധിക്കുന്നു. സ്വീകരിക്കപ്പെടുന്ന പണത്തിനു എഴുത്തോലയിൽ ഒരു രസീതി നല്കുന്നു. ഹാജരാകാകാത്തവർക്കു ആളെ അയക്കുന്നു. പറഞ്ഞ സമയത്തു ഹാജരാകാത്തവർക്കു തഹസീൽദാർക്കു കണക്കയക്കുന്നു. മറ്റൊരു ദിവസം നിശ്ചയിക്കുന്നു. അതിനുശേഷം അവർ ഉപ്പ്, പുകയില തുടങ്ങിയ തീരുവകളുടെ പിരിവിലേക്കു നീങ്ങുന്നു. ഇവ ഹുസൂറിലേക്ക് ഒരു കാവല്ക്കാരനോടെ അയക്കുന്നു. സ്വതന്ത്രമായി ഗ്രാമത്തിലെ നികുതി പിരിക്കുന്നതിനു പുറമെ പട്ടേൽ തങ്ങളുടെ ഗ്രാമത്തിലെ സപ്ലൈക്കു കൂലികളെ ഏർപ്പെടുത്തുകയും ശ്യാനഭോഗന്മാരെ അവർക്കു കൃഷി സംബന്ധിച്ച വേണ്ടത്ര പരിചയമുള്ളതിനാൽ അവരുടെ കണക്കുകൾ അറിയിച്ചു സഹായിക്കുകയും ചെയ്യുന്നു.

തഹസീൽദാരും മറ്റുമായി കണക്കുകൾ നിശ്ചിതമാക്കുന്നതിനും പ്രാദേശിക വിവരങ്ങൾ നല്കുന്നതിനും അവർ എത്തിച്ചേരുന്നു. ഇതെല്ലാമാണ് ഇപ്പോഴത്തെ പ്രധാന പ്രവൃത്തികൾ. റയ്ത്തുവാരി നടപ്പാക്കുമ്പോൾ അവരില്ലാത്ത പിരിവുകൾ നടത്തുവാൻ കഴിയുന്നതല്ല. അവർക്കു കീഴിൽ ഏറ്റവും ആവശ്യമുള്ള മറ്റൊരു വിഭാഗം ഉഗ്രാണികളാണ്. അവർ പട്ടേൽ ശ്യാനഭോഗരെ സഹായിക്കുന്നു. ചിലപ്പോൾ ഒരു മഗണയിൽ രണ്ടുപേർ വീതം.

4. ശ്യാനഭോഗന്മാർക്കു അവർ പിരിക്കുന്ന തുകയുടെ കണക്കനുസരിച്ചു ഒരാൾക്കു മാസം 4 ക മുതൽ 10 ക വരെ നല്കുന്നു. അല്ലെങ്കിൽ 1 1/2 ശതമാനം. പട്ടേൽമാർക്കു അവർ പിരിക്കുന്നതിന്റെ 7/9 വരുന്ന ശതമാനവും അതു വർഷം 20 ക വരും. ബേക്കലിൽ 9 1/2 കയാണ് ഉഗ്രാണിക്ക് 1 മാസം 1 ക മുതൽ 3 ക വരെയും. സുൽത്താന്റെ ഭരണത്തിൽ ഇവർക്കാർക്കും നിശ്ചയിക്കപ്പെട്ടതായ വേതനം നല്കിയിരുന്നില്ല. ആസഫിനും ആമീൽദാർക്കും അവരില്ലാതെ പിരിവ് സാധിക്കാതിരുന്നതിനാൽ സ്വകാര്യമായി സംഭാവനകൾ നല്കപ്പെട്ടിരുന്നു. മറ്റു നിവാസികളിൽനിന്നും പിരിച്ചിരുന്ന ഭാരമായ പല പിരിവുകളിൽനിന്നും അവർ ഒഴിവാക്കപ്പെട്ടു. അവരുടെ നികുതികളിൽ ഇളവു നല്കുകയും ചെയ്തു.

5. വടക്കൻ ജില്ലകളിലെ ശ്യാനഭോഗന്മാർ പലരും തങ്ങളുടെ നിയമനം പരമ്പരാഗതമെന്നു അവകാശപ്പെടുന്നു. എന്നാൽ ഹൊനവാരിനു തെക്ക് ഇവരുടെ എണ്ണം കുറവാണ്. ഇവർ പബ്ലിക് സേവനത്തിൽ ചെറുപ്പം, വാർദ്ധക്യം, മറ്റ് അവശത എന്നിവയാൽ കഴിയാത്തവരാകുമ്പോൾ ഒരു ഡെപ്യൂട്ടിയെ സ്ഥിരമായി നിലനിർത്തുകയും അയാൾ

ശമ്പളം ഭാഗിച്ചെടുക്കുകയും ചെയ്യുന്നു. സുൽത്താന്റെ ഭരണത്തിൽ ശ്യാനഭോഗന്മാരാകാൻ ആഗ്രഹിച്ചവർ ഒരു കാഴ്ചയും (നസർ) നല്കിയിരുന്നു. ഇപ്പോഴും ഈ പദവി വളരെ അഭികാമ്യമാണെന്നു കാണാം എന്നാൽ പട്ടേലിന്റേത് അത്ര കാംക്ഷിക്കപ്പെടുന്നില്ലതാനും. കർണ്ണാടകത്തിൽ പലരും പട്ടേൽ ജോലി താഴെ പറയും കാരണ ങ്ങളാൽ ഉപേക്ഷിക്കുകയും ചെയ്തു വരുന്നതായിക്കാണുന്നു. നമ്മ ളുടെ ഭരണത്തിന്റെ ആദ്യത്തിൽ പട്ടേലിന്റെ നികുതി മറ്റുള്ളവരേ ക്കാൾ വളരെക്കുറവായിരുന്നു. മുമ്പ് മറ്റു പല പിരിവുകൾ കൊണ്ടും വമ്പിച്ച ജോലിഭാരം കാരണവും ന്യായീകരിക്കാവുന്നതെങ്കിലും നമ്മുടെ ഗവൺമെന്റിൽ അപ്രകാരമായിരുന്നില്ല അവരുടെ നികുതി ക്രമേണ മറ്റുള്ളവർക്കു സമമായി മാറി. ഗ്രാമത്തിലെ സപ്ലൈ കാര്യ ങ്ങളിൽ അവർ തങ്ങളുടെ ഓഹരി കുറച്ചുവരികയും കൂലിക്കാരു ടേതു കുറവു ചെയ്യുകയും മറ്റു കർഷകരിൽ ആ ഭാരം കെട്ടിവെക്കു കയും ചെയ്തു.

6.   പട്ടേൽ ജോലിയും അതുപോലെ പരമ്പരാഗതമാണ്. ഒരു കുടുംബ മില്ലെങ്കിൽ മറ്റൊന്നു അത് ഏറ്റെടുക്കുവാൻ തയ്യാറാവുകയും ചെയ്തു. ചില ഗ്രാമങ്ങളിൽ അതു ഭൂമിയോടൊപ്പം പോകുന്നു. മറ്റു ചില സ്ഥലത്ത് ഭൂമിയിൽനിന്നും വ്യത്യസ്തമാണ് ഒരു പട്ടേൽപണി. ശമ്പളത്തേക്കാൾ ഒരു ബഹുമതിയായി കണക്കാക്കുന്നുവെങ്കിലും കഴിഞ്ഞ ആറേഴു കൊല്ലമായി കർണ്ണാടകത്തിൽ അതിനു വളരെ ചുരുക്കം ആദരവ് മാത്രമാണ് നല്കിവരുന്നത്. കാരണം അവരുടെ വ്യക്തിപരമായ നികുതി ബാക്കിയാകുന്നതു കാരണവും തഹ സീൽദാർക്ക് മറ്റേതു കർഷകനെപ്പോലെ ബുദ്ധിമുട്ടും ഉണ്ടാക്കിവ രുന്നതുതന്നെ. ആയതിനാൽ മുൻകാലത്തു ഇറക്കിയിരുന്ന കല്പ നകൾ പ്രകാരം, അവരുടെ സ്വന്തം നികുതി ബാക്കിയാകുന്നവരെ തങ്ങളുടെ നികുതി അടയ്ക്കുന്നതിനിടവരുത്തുകയും അപ്രകാരം ചെയ്യാത്തവരെ ഞാൻ പുറത്താക്കുകയും ചെയ്തു. ഹൊനവാറിനു തെക്ക് ഇതു 9 പേർ മാത്രമായിരുന്നുതാനും.

7.   പുതിയ പട്ടേൽമാരേയും ശ്യാനഭോഗരെയും നിയമിക്കുന്നതിനാൽ ഇതേ ശ്രദ്ധ, ഒഴിവുള്ള കാര്യങ്ങളിൽ പതിപ്പിക്കുകയും, തഹ സീൽദാർ ഏറ്റവും യുക്തനായി കാണുന്നവരെയും അതേ സമയം കർഷകരെ ഭീഷണിപ്പെടുത്താത്തവരെയും പട്ടേൽമാരായി നിയമി ക്കുകയും ചെയ്തു. കണക്കുകളിൽ വിദഗ്ധരായവരെയും മറ്റുള്ള പോലെ ഭൂമിയുള്ളവരെയും തങ്ങളുടെ ജോലിയിൽ അറിവുള്ളവ രെയും ശ്യാനഭോഗന്മാരായി നിയമിച്ചു. ഞാനൊരിക്കലും ഈ നിയ മനങ്ങൾ പാരമ്പര്യമായി പരിഗണിച്ചു വന്നിരുന്നില്ല. പൊതുസേവ നത്തിനർഹരായവരെ നിയമിച്ചു. ഇത് അവർക്കെല്ലാം അറിയാവു ന്നതാണ്. ഞാനെല്ലായ്പ്പോഴും അടുത്ത അവകാശിയെ അല്ലെങ്കിൽ ഒരു ബന്ധുവെയാണ് പരിചയമില്ലാത്തവരേക്കാളും താല്പര്യപ്പെ ട്ടത്. (പ്രിൻസിപ്പൽ കളക്ടർ)

വിവരണങ്ങളും അടിക്കുറിപ്പുകളും
(1 മുതൽ 57 പുറം വരെമാത്രം)

ഈ ഗവേഷണ പദ്ധതി ഇന്ത്യൻ കൗൺസിൽ ഓഫ് ഹിസ്റ്റോറി ക്കൽ റിസർച്ച്, ന്യൂഡൽഹിയുടെ സാമ്പത്തിക സഹായത്തോടെ 1980 കളിൽ പൂർത്തിയാക്കിയതാണ്. ഇതിന്റെ റിസർച്ച് അസിസ്റ്റന്റ് ആയി തമി ഴ്നാട് ആർക്കൈവ്സിൽ പ്രവർത്തിച്ചത് മിസിസ്സ് സി എസ് ജയശ്രീ ആയി രുന്നു.

1. *മൈസൂറിന്റെ വിഭജനസന്ധി, വില്യം ലോഗൻ, എ കലക്ഷൻ ഓഫ് ട്രീറ്റീസ് ആൻഡ് എൻഗേജ്മന്റ്* (മദ്രാസ് 1951 എഡിഷൻ) നമ്പർ CX CIII, പുറം 319-22 കാണുക. കർണ്ണാടകത്തിനു സുൽത്താൻ ചുമത്തിയ നികുതി 3,11,874 കന്തറായ് പഗോഡ ആയിരുന്നു.

2. കർണ്ണാടകം രണ്ടു ഡിവിഷനായി വിഭജിക്കപ്പെട്ടത് (സൗത്ത് കന റയും നോർത്ത് കനറയും) 1862 ഏപ്രിൽ 16 നായിരുന്നു.

3. തോമസ് മൺറോ റവന്യൂ ബോർഡിന്, 31 മെയ് 1800, അലക്സാ ണ്ടർ ആർബത്ത് നോട്ട്, എഡി മേജർ ജനറൽ തോമസ് മൺറോ സെലക്ഷൻസ് ഫ്രം ഹിസ് മിനിറ്റ്സ് ആൻഡ് അദർ ഒഫീഷ്യൽ റൈറ്റിങ്സ് (മദ്രാസ് 1866 എഡിഷൻ) പു. 57.

4. ഇതിന്റെ ചില വശങ്ങൾക്ക് കെ രാജയ്യൻ, *സൗത്ത് ഇന്ത്യൻ റബല്യൻ ഫസ്റ്റ് വാർ ഓഫ് ഇൻഡിപെൻഡൻസ്. 1800* (മൈസൂർ,1971) പു. 101.

5. മൺറോ റ്റു ലഫ് കേണൽ ക്ലോസ് റസിഡന്റ് ഇൻ മൈസൂർ 6 ജനു വരി 1800.

ഷാമിൽ	– മുസ്ലീം ഭരണകൂടം കർണ്ണാടകത്തിൽ ചുമത്തിയ അധികനികുതി
തർഫ്	– ഒരു മഗ്ണയുടെ സബ് ഡിവിഷൻ
തനിക്കി(കംഭർത്തി)	– നികുതി സംബന്ധിച്ച അന്വേഷണം

	നടന്നു വരുന്ന എസ്റ്റേറ്റ്
തരവ്	- ഉറപ്പിക്കപ്പെട്ട (നികുതി)
വൈദെ	- ഇൻസ്റ്റാൾമെന്റ് ആയി മുഴുവൻ നികുതി യും അടയ്ക്കുവാനുള്ള എസ്റ്റേറ്റ്
വൈദെ ഗണിയാർ	- ഒരു നിശ്ചിത വർഷത്തെ കുടിയാന്മാർ
വർഗ്ഗ്	- ഒരുപട്ടയം അല്ലെങ്കിൽ എസ്റ്റേറ്റ്

സെലക്ഷൻസ് ഫ്രം ദി റിക്കാർഡ്സ് ഓഫ് ദ കലക്ടർ ഓഫ് സൗത്ത് കനറ ദ ലറ്റേർസ് ഓഫ് തോമസ് മൺറോ (പൊളിറ്റിക്കൽ പേപ്പേഴ്സ്)

6. മേൽച്ചൊന്നത്.

7. മൺറോ, ടു വില്യം പെട്രിക്, ബോർഡ് പ്രസിഡന്റിനു, മേൽച്ചൊ ന്നത്.

8. രാജയ്യൻ, ഉദ്ധരിക്കപ്പെട്ടത്, പുറം 102.

9. മൺറോ, ടു വില്യം പെട്രിക്, 16 മെയ് 1800 *മേൽച്ചൊന്നത്.*

10. രാജ ഓഫ് വിട്ടൽ പ്രസിഡന്റ് ഓഫ് മലബാർ സെക്കന്റ് കമ്മീഷൻ ഒന്നോ രണ്ടോ സെപ്തംബർ 1799, *മലബാർ സെക്കൻഡ് കമ്മീഷൻ ഡയറീസ് പബ്ലിക് വോളിയം* നമ്പർ 1698 പു 155 (തമിഴ്നാട് ആർക്കൈവ്സ്)

11. രാജ ഓഫ് കുമ്പള, മേൽച്ചൊന്നത്, പു. 160

12. രാജ ഓഫ് നീലേശ്വരം മേൽച്ചൊന്നത് പു. 131

13. ഇത് സെക്കൻഡ് കമ്മീഷനു മുമ്പാകെ കൊണ്ടുവന്നത് 5 സെപ്തം ബർ 1799 നു കുമ്പള രാജാവിന്റെ ഹർകരാഹ് സുബ്ബറാവ് *മേൽച്ചൊ ന്നത്.* പു. 166-8.

14. തോമസ് മൺറോ വില്യം പെട്രിക്കിന് 11 മെയ് 1800, അലക്സാണ്ടർ അർബത്ത് നോട്ട് കാണുക.

15. ഇത് 4,65,143 സ്റ്റാർ പഗോഡയെന്നു കാണിച്ചിരിക്കുന്നു. ജെ സ്റ്റേറോ ക്കിന്റെ *മദ്രാസ് ഡിസ്ട്രിക്ട് മാന്വൽസ് സൗത്ത് കനറ* (മദ്രാസ് 1894) പു. 99 പത്തുവർഷം ജില്ലയിൽ ചെലവഴിച്ച സ്റ്ററോക്ക് തനിക്ക് ഇത്ത രത്തിലുള്ള കട്ത്താസ് കാണുവാൻ കഴിഞ്ഞില്ലെന്നു രേഖപ്പെടുത്തി.

16. സൂര്യനാഥ് കമ്മത്ത്, *ഗസറ്റിയർ ഓഫ് ഇന്ത്യ,* കർണ്ണാടക സ്റ്റേറ്റ്, ഉത്തര കന്നഡ ഡിസ്ട്രിക്ട്, ബാംഗ്ലൂർ 1985 പു. 162-3.

17. രാഷ്ട്രീയ ബന്ധങ്ങൾക്ക് കെ കെ എൻ കുറുപ്പ് *ഹിസ്റ്ററി ഓഫ് ദ ടെലിച്ചറി ഫാക്ടറി കാലിക്കറ്റ് യൂണിവേഴ്സിറ്റി* 1985 കാണുക.

18. ഈ ബ്രാഹ്മണ സ്ത്രീ തെക്കൻ കർണ്ണാടകത്തിലെ താഴക്കാട്ട് മന യെന്ന കുടുംബത്തിന്റെ നാഥയായി. പ്രമുഖ സ്വാതന്ത്ര്യ സമരസേ നാനിയും കവിയുമായ ടി എസ് തിരുമുമ്പ് ഈ മനയിലെ അംഗ മാണ്. കുന്നിയൂർ ഉണിച്ചിണ്ടക്കുറുപ്പ്, പരമ്പരാഗത നായർ പടയാ ളിയായിരുന്നു. ടിപ്പുവിന്റെ ഭരണത്തിൽ ഇവിടെ അമീൽദാർ ആയി രുന്നു. പിന്നീട് കുട്ടമത്ത് കുന്നിയൂർ എന്ന സാംസ്കാരിക കുടും

ബത്തിന്റെ നാഥനായി. 19-ാം നൂറ്റാണ്ടിൽ ഈ രണ്ടു ഭവനങ്ങളും ധാരാളം കേസുകളിൽ ഉൾപ്പെട്ടിരുന്നു. ഇതെല്ലാം ചെർവ്വത്തൂർ, തിമിരി, തൃക്കരിപ്പൂർ, പയ്യന്നൂർ എന്നീ ഗ്രാമങ്ങളിൽ ഭൂസ്വത്തു ക്കൾക്കുവേണ്ടിയായിരുന്നു. കുന്നിയൂർ കുടുംബത്തിൽ പ്രമുഖരായ പണ്ഡിതന്മാർ, വൈദ്യന്മാർ, കവികൾ എന്നിവർ ഉണ്ടായിരുന്നു. മഹാ കവി കുട്ടമത്ത് (1880-1943) പ്രമുഖകവി.

19. തോമസ് മൺറോ, ടു വില്യം പെട്രിക്, ബോർഡ് പ്രസിഡന്റ് 16 ജൂൺ 1800, പേര 9.

20. 1800 ൽ കമ്പനി രാമവർമ്മ രാജാവിനു 3200 ക. അനുവദിച്ചുകൊടു ത്തു. അത് താഴക്കാട്ടു മഗണ, അള്ളറത്തുനാട് എന്നിവയുടെ നികുതി വിഹിതമായ മാലിഖാന ആയിട്ടാണ്. മദ്രാസ് ഗവൺമെന്റ് റവന്യൂ ബോർഡിനു 14 ഏപ്രിൽ 1818 നും 4 മാർച്ച് 1819 നും എഴുതിയത്. ഇത് പാരമ്പര്യമായി കൊടുക്കാൻ നിശ്ചയിച്ചത് ജി ഒ 895, 16 ആഗസ്ത് 1833 കർണ്ണാടകത്തിലെ ഇനാമുകൾ റദ്ദാക്കിയതോടെ ഈ തുക നിർത്തൽ ചെയ്തു. റവന്യൂ ബോർഡ് നമ്പർ 2840 15 ആഗസ്ത് 1884.

21. *ബാഡൻ പവൽ, ദി ലേൻഡ് സിസ്റ്റംസ് ഓഫ് ബ്രിട്ടീഷ് ഇന്ത്യ,* ലണ്ടൻ 1972 പ്രകാശനം മൂന്നു വോള്യങ്ങൾ.

22. ഇത് സുന്ദരരാജ അയ്യങ്കാർ, *ലാൻഡ് ടെന്വർസ് ഇൻ ദ മദ്രാസ് പ്രസി ഡൻസി,* മദ്രാസ്, 1921 പു. 450-3 കാണാം.

23. ബി എസ് ബാലിഗ, *സ്റ്റഡീസ് ഇൻ മദ്രാസ് അഡ്മിനിസ്ട്രേഷൻ* മദ്രാസ് 1960.

24. അലക്സാണ്ടർ ആർബത്ത് നോട്ടുകാണുക.

25. ബേക്കൽ താലൂക്കിലെ മംഗലാപുരത്തെയും കലാപങ്ങൾ ഈ പഠ നത്തിന്റെ ആദ്യം കാണാം.

26. മൺറോ 31 മെയ് 1800, ആൽബത്ത് നോട്ട് പു. 60.

27. *മേൽച്ചൊന്നത്,* പു. 62.

28. സുന്ദരരാജ അയ്യങ്കാർ. പു. 153.

29, ബോർഡ് ഓഫ് റവന്യൂ സെക്രട്ടറി ടു ഗവൺമെന്റ്, റവന്യൂ 27 ജൂൺ 1856; ബോർഡ് മിനിട്ട്സ് 23-30 ജൂൺ 1856, വോളി 2535 പു. 11913.

30. മൺറോ 31 മെയ് 1800 ആൽബത്ത് നോട്ട് പു. 81.

31. *മേൽച്ചൊന്നത്* പു. 88.

32. ലറ്റർ 15 ആഗസ്ത് 1807, *മേൽച്ചൊന്നത്,* പു. 101.

33. എവിഡൻസ് ബൈമൺറോ, 15 ഏപ്രിൽ 1812, ഉദ്ധരണം ആൽബർത്ത് നോട്ട് പു. 207.

34. ലറ്റർ ഡിസ്ട്രിക്ട് കളക്ടർ, കനറ, 15 നവംബർ 1815, ബോർഡ് ഓഫ് റവന്യൂ മദ്രാസ്.,

35. ഈ നിയമങ്ങളുടെ ആവിർഭാവം ഇപ്രകാരമാണ്. കർണ്ണം അഥവാ ശ്യാൻഭോഗിന്റെ ഓഫീസ് സ്ഥാപിക്കുന്ന റഗുലേഷൻ ഫോർട്ട്

സെന്റ് ജോർജ് നടപ്പിലാക്കിയത് 13 ജൂലൈ 1800 നാണ്. കർണ്ണംസ് റഗുലേഷൻ എന്നു വിളിച്ചുവന്നു. (റഗുലേഷൻ XXIX 1802) ദി മദ്രാസ് പ്രൊപ്രൈറ്ററി എസ്റ്റേറ്റ്സ് വില്ലേജ് സർവ്വീസ് ആക്ട് 1894 (ആക്ട് II 1894) വില്ലേജ് ഓഫീസർ സംബന്ധിച്ച നിയമങ്ങൾ ഭേദ ഗതി ചെയ്തു പാസാക്കി. ദി മദ്രാസ് ഹെറിഡിറ്ററി വില്ലേജ് ഓഫീ സേഴ്സ് ആക്ട് (ആക്ട് III 1895) വില്ലേജ് മുൻസിഫ്, പട്ടേൽസ്, കർണ്ണം, തലയാരി പാരമ്പര്യ പ്രകാരമാക്കി.

36. ബാബിങ്ടൺ ടു ബോർഡു ഓഫ് റവന്യൂ 27 ജൂൺ 1826.

37. കെ എൻ കൃഷ്ണസ്വാമി അയ്യർ, ഡിസ്ട്രിക്ട് ഗസറ്റിയേർസ് സ്റ്റാറ്റി സ്റ്റിക്കൽ അപ്പൻഡിക്സ്, സൗത്ത് കനറ, (മദ്രാസ് 1938 പു 2)

38. ജെ സ്റ്ററോക്ക് പു. 13.

39. മൺറോ ടു വില്യം പെട്രിക് 4 മെയ് 1800

40. മൺറോ ടു ജെ ബി ട്രാവേർസ്, ബോർഡ് സെക്രട്ടറി 27 ഫെബ്രു വരി 1800.

41. ജെ സ്റ്റോക്ക് പു. 101-2 പു. 102 ഫസലി 1215 1216 എന്നിവയിൽ കർണ്ണാ ടക ഭൂനികുതി ഡിമാൻഡ് 12,05,107 ക യും 12,00,268 ക യും ക്രമ ത്തിൽ വന്നിരുന്നു.

42. ബോർഡ് ഓഫ് റവന്യൂ മിനിറ്റ്സ് 5 ജനുവരി 1818.

43. റിപ്പോർട്ട്സ് ഓഫ് ജോൺ സ്റ്റോക്സ് ഓൺ റിവിഷൻ ഓഫ് അസ സ്സ്മെന്റ് ആൻഡ് ഡിസ്റ്റർബൻസസ് നോൺ എസ് കൂട്ട്സ് ഇൻ കന റ(മാംഗലൂർ, 1885)

44. *മേൽച്ചൊന്നത്.*

45. ബോർഡിന്റെ പ്രൊസീഡിങ്സ് 24,11 ജനുവരി 1836.

46. ടി എൽ ബ്ലെയിൻ പ്രിൻസിപ്പൽ കളക്ടർ, സെക്രട്ടറി ബോർഡ് ഓഫ് റവന്യൂ 20 സെപ്തംബർ 1848 റിപ്പോർട്ട് ഓഫ് മിസ്റ്റർ ടി എൽ ബ്ലെയിൻ (മാംഗലൂർ, 1917) പേജ് 3.

47. ഫസലി 1209 മുതൽ 1218 വരെ കർണ്ണാടകത്തിന്റെ നികുതി 14,27,054 ക യായിരുന്നു. ഫസലി 1245 മുതൽ 1254 വരെ നികുതി പിരിവ് ജില്ലയിൽ 14,21,742 ക. ആയിരുന്നു. ഇത് 5257 ക വർദ്ധനവ് ഉണ്ടാക്കി.

48. ടി എൽ ബ്ലെയിൻ വളരെ ബുദ്ധിപൂർവ്വം മൺറോവിന്റെ നികുതി ഇപ്രകാരം വിശകലനം ചെയ്തു.
1660 ൽ ബദനൂരിലെ നായ്ക്കന്മാരുടെ കീഴിൽ മുഴുവൻ നികുതി കെട്ടിയ ആയക്കട്ട് 5,80,759 സ്റ്റാർ പഗോഡ അഥവാ 20,32,658 ക ആയിരുന്നു. സമീപകാലത്തേയും പ്രാചീന കാലത്തേയും തരിശി നുള്ള കിഴിവ് 6,36,147 ക. ഇനാമുകൾ അടക്കമുള്ള ഭൂമിയുടെ നികുതി 13,95,511 ക. കമ്പനി കൈയടക്കുമ്പോൾ ഹൈദരാലിയും ടിപ്പു സുൽത്താനും ചുമത്തിയ നികുതി 30,40,375 ക. ഒരിക്കലും പിരിക്കാ ത്തതായി മൺറോ വകയിരുത്തിയത് 8,84,064 ക. കൈവശം വെക്കുന്ന തരിശുഭൂമിയുടെയും ഉടമകൾ ഇല്ലാത്തതുമായ ഭൂമിയുടെ വക

നികുത്തി 2,15,6317 ക പേര മേൽച്ചൊന്നത്, 34 കർണ്ണാടകത്തിന്റെ നികുതിക്കുള്ള കിഴിവ് 22 ലക്ഷം ക വരുന്നു. മൊത്തം ഉല്പാദനത്തിന്റെ തുക അനുബന്ധത്തിൽ കാണിച്ചതിനു തുല്യമായി കണക്കാക്കി. അനുബന്ധം- 4 കാണുക.

49. കൊളോണിയൽ ഘട്ടത്തിനുമുമ്പുള്ള കാലത്തെ പ്രത്യേകിച്ചും പതി നെട്ടാം നൂറ്റാണ്ടിന്റെ പകുതിയിൽ ഭൂമി കൈമാറ്റം ചെയ്യുമ്പോൾ അഷ്ടഭോഗങ്ങൾ കൈമാറുന്നു. അവ നിധി, നിക്ഷേപം, ജലം, പാഷാണം, അകൃഷിണി, ആഗാമി, സിദ്ധ, സാദ്ധ്യ (ഇപ്പോഴത്തെയും വരുന്ന കാലത്തേയും ലാഭം) എന്നിവയായിരുന്നു. എന്നാൽ 1857 നു ശേഷം ജംഗിൾബെറ്റ് അഥവാ തരിശു ഭൂമി അവയിലുൾപ്പെടുത്തി.

50. ബോർഡിന്റെ നടപടികൾ നമ്പർ 3, 13 ഫെബ്രുവരി 1856 വോ. ന 2514.

51. സുന്ദര രാജ അയ്യങ്കാർ, പു. 154.

52. വടക്കൻ ജില്ല, കുന്താപുരം, ഹൊനവാർ, അങ്കോള സൂപ്പ, സൂണ്ട, ബനവാസി, ബിൽഗി, എന്നീ താലൂക്കുകൾ ഉൾപ്പെട്ടു.

53. തെക്കൻ ഡിവിഷൻ ബാർകൂർ, ബലിസവീര, മുൽകി, കാർകൽ, ബംഢാൾ, പൂത്തൂർ, കദബ്, ബേക്കൽ, വിട്ടൽ, മംഗലാപുരം എന്നീ താലൂക്കുകൾ. തെക്കൻ കർണ്ണാടക ജില്ല രൂപീകരിച്ചതിനുശേഷം ഈ താലൂക്കുകളുടെ വിസ്തീർണ്ണവും ജനസംഖ്യയും ഇപ്രകാരമാണ്.

താലൂക്കുകൾ	വിസ്തീർണ്ണം	ജനസംഖ്യ
മാംഗലൂർ	260 ചതു, മൈൽ	2,78,908
ഉഡുപ്പി	787	2,53,717
കുന്താപൂർ	512	1,20,268
കാസർകോട്	1032	2,80,659
ഉപ്പനങ്ങാടി	951	1,18,807

മംഗലാപുരം താലൂക്കിൽ ടിപ്പു സുൽത്താൻ കണ്ണൂരിലെ ആലിരാ ജാക്കന്മാരിൽനിന്നും പിടിച്ചെടുത്ത അമിനിദ്വീപ് ഉൾക്കൊണ്ടു. രണ്ടു പട്ടണങ്ങൾ അടക്കം 1277 ഗ്രാമങ്ങൾ ഈ ജില്ലയിലുൾപ്പെട്ടു.

54. സുന്ദരരാജ അയ്യങ്കാർ, പു. 156

55. സ്റ്റോക്ക് പു. 114

56. ഈ പ്രൊപ്പോസൽ സ്വീകരിച്ചത് ജി ഒ നമ്പർ 757 റവന്യു 25 ആഗസ്ത് 1902

57. ഒരേക്രെയിൽ എണ്ണത്തിൽ കുറവ് കായ്ക്കുന്ന തെങ്ങുള്ള സ്ഥലം തരിശ് ആയി കണക്കാക്കി. ഒരു കായ്ക്കുന്ന തെങ്ങ് 12 കവുങ്ങിനു സമമാണ്. നാലു കുരുമുളക് അല്ലെങ്കിൽ പാമിറയും 1/2 പ്ലാവ് അല്ലെ ങ്കിൽ മാവ്, അല്ലെങ്കിൽ പുളി സമമായിരുന്നു.

58. കെ എൻ കൃഷ്ണസ്വാമി അയ്യർ, പു. 30

ഓരോ ഫസലിയിലേയും സർവ്വേക്കു മുമ്പുള്ള നികുതി തെക്കൻ കർണ്ണാടകത്തിൽ ഇപ്രകാരമാണ്. ഫസലി 1288 1292

ഒരു ഫസലിക്ക് 12,74,501 ക

1293–1297   12,84,705 ക

1298–1302   12,96,667 ക

ഹാരോൾഡ് എ സ്റ്റുവർട്ട്, *മദ്രാസ് ഡിസ്ട്രിക്ട് മാന്വൽസ് സൗത്ത് കാനറ (മദ്രാസ്) 1865 II* പു. 166.,

59. വെർണാകുലർ പ്രസ് റിപ്പോർട്ട് 1906 കാണുക. വിശ്വബുദ്ധി ഭൂവുട മകൾ നികുതിഭാരം കൃഷിക്കാരുടെ ചുമലിലേക്ക് മാറ്റുമെന്നും സെറ്റിൽമെന്റ് കമ്മീഷൻ കൗച്ച്മാൻ ദരിദ്രരെ പരിഗണിച്ചില്ലെന്നും എഴുതി. സത്യദീപിക ഭൂനികുതി 9 ലക്ഷം വർദ്ധിച്ചിട്ടുണ്ടെന്നും 65% വർദ്ധനവാണുള്ളതെന്നും എഴുതി. മലബാറിലെ ഒരു തോട്ടം 2 ക 75 അണ 3 പൈ ഏക്കറിനു ചുമത്തിയപ്പോൾ അതേ സ്ഥിതിയി ലുള്ള കർണ്ണാടക തോട്ടത്തിനു അത് 4-13-1 ആയി മാറി. (29 ഡിസം ബർ 1905)

60. റിപ്പോർട്ട്സ് ഓഫ് ദ സെറ്റിൽമെന്റ് ഓഫ് ദ ലേൻഡ് ഇൻ ദ ഡിസ്ട്രിക്ക് ഇൻ ദ മദ്രാസ് പ്രസിഡൻസി, മദ്രാസ്, 1905) സൗത്ത് കനറ ബൈ ജെ എച്ച് റോബർട്ട് സൺ പു. 84)

61. കാണുക. കെ കെ എൻ കുറുപ്പ്, *ദ ബിഗിനിങ്സ് ഓഫ് കൊളോ ണിയൽ അഗ്രേറിയൻ സിസ്റ്റം ഇൻ സൗത്ത് ഇന്ത്യ. മോഡേൺ ഇന്ത്യ, പ്രസിഡൻഷ്യൽ അഡ്രസ്, ഇന്ത്യൻ ഹിസ്റ്ററി കോൺഗ്രസ്, മൈസൂർ യൂണിവേഴ്സിറ്റി.* 1993.

62. കെ കെ എൻ കുറുപ്പ്, *സ്വാതന്ത്ര്യസമരം കാസർഗോഡ് താലൂക്കിൽ* എസ് ചന്ദ്രശേഖരൻ ഹംപി യൂണിവേഴ്സിറ്റിക്കുവേണ്ടി എഡിറ്റു ചെയ്ത കന്നഡ വോളിയം.

63. മിനിട്ട്സ് ബോർഡ് ഓഫ് റവന്യൂ, 5 ജനുവരി 1818.

64. *മേൽച്ചൊന്നത്* പേര 27

65. *മേൽച്ചൊന്നത്* പേര 10.

66. റവന്യൂ ബോർഡ് 5 ജനുവരി 1818 ലാൻഡ് അസ്സസ്സ്മെന്റ് ആൻഡ് ലാൻഡ് ടെന്വേഴ്സ് ഓഫ് കനറ (മാംഗളൂർ 1853)

67. റവന്യൂ ബോർഡ് 5 ജനുവരി 1818 പേര 15.

68. *മേൽച്ചൊന്നത്* പേര 61

69. *മേൽച്ചൊന്നത്.*

70. ജെ സ്റ്റൊറോക്ക് പു. 161

71. മേൽച്ചൊന്നത് പു. 226. നൂറിൽ സമ്പന്നൻ 1, കഴിവുള്ളവർ 14, ദരി ദ്രൻ 50, വളരെ ദരിദ്രർ 35.

71a. 1211–1216 വരെ ഫസലിയിൽ അടയ്ക്ക ഒരു കണ്ടിക്ക് ശരാശരി വില ക 34, അണ 3, പൈ 7 1211 ൽ അത് 40-5-0 എന്നായിരുന്നു. 1838–43 വരെ ശരാശരി വില 25-2-5 ആയിരുന്നു. 1243 ൽ (1833-34) കണ്ടിക്കു

വില 18-13-0 ആയി. ഹൈഗ ബ്രാഹ്മണർപോലും പണമിടപാടു കാർക്കു കടപ്പെട്ടു. ജമാബന്ദി റിപ്പോർട്ട് ഓഫ് കനറ. എച്ച് വിവി യേഷ് 30, സെപ്തംബർ 1854, പേര 21. 1831-32 ൽ കുരുമുളകിന്റെ വില 33-8-1 ഉം 1832-33 ൽ 38-2-8 ഉം ആയിരുന്നു. ഏലത്തിനു വില 574-0-1 ഉം 600-2-7 ഉം ആയിരുന്നു. (മേൽച്ചൊന്നത്)

72.	ബർട്ടൺ സ്റ്റെയിൽ തോമസ് മൺറോ, ദ ഒറിജിൻസ് ഓഫ് കൊളോ ണിയൽ സ്റ്റെയിറ്റ് (ഡൽഹി 1989) പു. 71.

73.	മേൽച്ചൊന്നത്.

74.	കെ കെ എൻ കുറുപ്പ് ആര്യൻ ദ്രവീഡിയൻ എലിമെന്റ്‌സ് ഇൻ മല ബാർ ഫോക്‌ലോർ, എ കെയ്സ് സ്റ്റഡി ഓഫ് രാമവില്ല്യം കഴകം തിരുവനന്തപുരം 1975. ഈ കുടുംബം റീ സർവേ 147/7 മാലോത്ത് ഗ്രാമത്തിൽ മാത്രം 5675-09 ഏക്കർ ഭൂമി കൈവശപ്പെടുത്തി.

75.	കാർഷിക വൃത്തിയിൽ അടിമകളുടെ ഉല്പാദനരീതി കോടോത്തു കുടുംബത്തിന്റെ മാനേജ്‌മെന്റിൽ നടത്തുന്ന രീതി കുഞ്ഞമ്പുനായ രുമായുള്ള ഒരഭിമുഖം കാഞ്ഞങ്ങാട്ടുവെച്ച് 27 ജൂലൈ 1988 ൽ വ്യക്ത മാക്കി. അവരുടെ ഭൂസ്വത്തുക്കളുടെ കണക്കുകൾ പക്കി അഥവാ ഉത്തേമ Vs കോമൻ നായർ ഇൻ O.S 114/36 സബോർഡിനേറ്റ് ജഡ്ജ് മംഗലാപുരം 1936 കാണുക.

76.	മൺറോവിന്റെ എഴുത്ത്, 31 മെയ് 1800. ആർബത്ത് നോട്ട് പു. 60.

77.	11 ഗ്രാമങ്ങളിൽ മഠം 348 ഏക്കർ നിലത്തിന്റെ (വയൽ) ഉടമസ്ഥത നിലനിർത്തി. 114 ഏക്കർ തോട്ടം 219 ഏക്കർ തിരിശുഭൂമി 1970 ൽ മഠ ത്തിനു കീഴിൽ 224 കുടിയാന്മാരുണ്ടായിരുന്നു.
	അവർ പാട്ടമായി ഒരു ലക്ഷത്തി അയ്യായിരം ക കൊടുത്തു. അവരുടെ പാട്ടം കണക്ക് ഹിസ് ഹൈനസ് കേശവാനന്ദഭാരതി ശ്രീപാദങ്ങള വരു സ്വാമിജി vs സ്റ്റേറ്റ് ഓഫ് കേരള ആൻഡ് അതേഴ്‌സ് സിവിൽ റിട്ട്, 135/1970, സുപ്രീം കോർട്ട് ഇന്ത്യ. ഇതിലും വയൽ ഭൂമിയാണ് തോട്ടങ്ങളേക്കാൾ അധികം.

78.	ക്ലായിക്കോട് ഗ്രാമത്തിൽ ഭസ്മാരിത്തായ എന്ന ഒരു ബ്രാഫിൻ പണ മിടപാടുകാരൻ താഴക്കാട്ടു മനയിലെ ചില ഭൂമികൾ നികുതി ബാക്കിക്കു 1930 കളിൽ ലേലത്തിലെടുത്തു. പിന്നീടു മനയിലെ കുടി യാന്മാർ അയാളുടെ വീടു കൊള്ള ചെയ്തു.

79.	കെ കെ എൻ കുറുപ്പ്. ആര്യൻ ദ്രവീഡിയൻ എലിമെന്റ്‌സ് കാണുക.

80.	തുളു പാഡ്ദാനാസ്, എ ഡി എ മാന്നാർ, പഥദാനൊലു (മംഗളൂർ 1866) കാണുക എ സി ബർണൽ ദി ഡെവിൾ വർഷിപ്പ് ഓഫ് ദ തുളുവാസ് ഇന്ത്യൻ ആൻടികിാറി, വോ XXIII, XXIV. XXVI, XXVII, 1984-7

81.	റോബർട്ട് കാൾഡ്‌വെൽ എ കംപേററ്റീവ് ഗ്രാമർ ഓഫ് ദ്രവീഡിയൻ ഓർ സൗത്ത് ഇന്ത്യൻ ഫാമിലി ഓഫ് ലാംഗ്വേജസ് (മദ്രാസ്, 1961, എഡിഷൻ) പു. 32.

82. പക്കീരനുമായി അഭിമുഖം, 80 വയസ്സ്, പാടി വില്ലേജ് 27 ജൂലൈ 1988.

83. ആന്വൽ റിപ്പോർട്ട് ഓഫ് ദ ബാസൽ മിഷ്യൻ ഫോർ ദ ഇയർ, 1904, പു. 64-5.

84. വാർഷിക മഴയുടെ നിപാതം 1870 മുതൽ 1909 വരെ മംഗലാപുരത്തും ഹോസ്ദുർഗ്ഗിലും 129. 58 ഇഞ്ച് ആയിരുന്നു. ജില്ലയിലെ ശരാശരി 145. 35 ഇഞ്ച് ആയിരുന്നു. സ്റ്റാറ്റിസ്റ്റിക്കൽ ആട്ലസ്, സൗത്ത് കാനറ, 1913 കാണുക.

85. പ്രധാനമായ ചില വർഗ്ഗദാർ നായർ കുടുംബങ്ങൾ ഇവയാണ്. ആല ത്തടിമലൂർ (ബേള്ളൂർ), കമ്പയിൽ കോട്ടയിൽ (കിഴക്കെ എളേരി) കരിന്തളം, കൊഴുമ്മൽ, കുട്ടമത്ത് കുന്നിയൂർ, ഏച്ചിക്കാനത്തു ചിറ ക്കര, കോണത്ത്, കാട്ടൂർ, മാവില, ചെരിപ്പാടി. ബ്രഫിൻ ഭവനങ്ങൾ, കിഴക്കാംകോട്ട് തന്ത്രി, ഇരിയൽ തന്ത്രി, എന്നിവരാണ്. ക്ഷേത്രങ്ങ ളുടെ കലശ നവീകരണം ഇവർ നടത്തി. പ്രധാന മുസ്ലീം കുടുംബം ഉടുമ്പുതല നാലുപുരപ്പാട്ടിൽ (തെക്കെ തൃക്കരിപ്പൂർ) മാലോം ഗ്രാമ ത്തിൽ വാരിക്കടക്കം നായർ കുടുംബത്തിന്റെ സ്വത്തു നികുതി ലേല ത്തിൽ കൈവശമാക്കി. ഈ വർഗ്ഗദാർമാർ 20-ാം നൂറ്റാണ്ടിൽ 5000 ക യിലധികം വാർഷിക നികുതി നല്കി.

86. ഈ കുടുംബത്തിന്റെ പഠനം, കെ കെ എൻ കുറുപ്പ്, മോഡേൺ കേരള; *സ്റ്റഡീസ് ഇൻ സോഷ്യൽ ആൻഡ് അഗ്രേറിയൻ റിലേഷൻസ്* (ന്യൂഡൽഹി 1988) പിപി 101-10

87. ബോർഡ് ഓഫ് റവന്യൂ നടപടികൾ 16 ഏപ്രിൽ 1859.

88. പില്ക്കാലത്ത് ഗവൺമെന്റ് 100 വാരക്കിടയിൽ വരുന്ന കദീം വർഗ്ഗ ത്തിൽ അഥവാ ഹൊസ്സാഗമ വർഗ്ഗത്തിൽ വരുന്ന കുങ്കി അവകാശം നമ്പർ 1361, 23 ഒക്ടോബർ 1874 കല്പന പ്രകാരം ഒഴിവാക്കി. ബോർഡ് നടപടികൾ 18 ഡിസംബർ 1874.

89. എൻ കെ കൃഷ്ണസ്വാമി അയ്യർ, പു. 29.

90. ലാൻഡ് റവന്യൂ സെറ്റിൽമെന്റ് ഫസലി 1254(1844-45) പു 14.

91. ബ്രിട്ടീഷുകാർ കർണ്ണാടകത്തിൽ അധികാരത്തിൽ വന്നപ്പോൾ ജന സംഖ്യ 5,92,635 ആയിരുന്നു. ഫസലി 1242 (1832-33) ൽ അത് 7,18,333 ആയി വർദ്ധിച്ചു. ആദ്യത്തെ 5 വർഷത്തെ ശരാശരി നികുതി ദേവ ദായം ഉൾപ്പെടെ 16,90,704 -11-11 ആയിരുന്നു. ഒ പി ഓൺസ്ലോ, സെക്രട്ടറി, ജമാബന്തി ഓഫ് കനറ, ഫസലി 1242, 1243, പേര 22. 1866 ൽ ജനസംഖ്യ 8,39,688 ഉം 1877ൽ അത് 9,18,362 ഉം ആയിരുന്നു. സ്റ്റേറോക്ക് കാണുക.

92. കൺസർവേറ്റർ ഓഫ് ഫോറസ്റ്റ്സ്, 17 ആഗസ്ത് 1859 കാണുക. കോടോത്തു അമ്പുനായർ Vs സെക്രട്ടറി ഓഫ് സ്റ്റേറ്റ് ഫോർ ഇന്ത്യ, 7 ഏപ്രിൽ 1924 ഇന്ത്യൻ ലോ റിപ്പോർട്ട്, മദ്രാസ് സീരിസ്, വോ XLVII, 1924 പു 574-85

93. മേൽച്ചൊന്നത്.

94. കണക്കുകൾ ഇപ്രകാരമാണ്.

ഫസലി	വർഷം	കാ.ണ. പൈ
1243	1833–34	16,73,649
1244	1834–35	17,55,977
1245	1835–36	17,77,139
1246	1836–37	17,89,926
1247	1837–38	18,03,355
1248	1838–39	18,08,271
1249	1839–40	18,20,444
1250	1840–41	18,32,451
1251	1841–42	18,41,413
1252	1842–43	18,44,816

(സെറ്റിൽമെന്റ് ഓഫ് ലാന്റ് റവന്യൂ, ഫസലി 1252 പേര 22)

95. എം കെ നമ്പ്യാർ എവിഡൻസ്, കെ ഡി ടി സി 41-ാം എ റിപ്പോർട്ട് ഓഫ് ദ മലബാർ ടെനൻസി കമ്മിറ്റി, മദ്രാസ്, 1940, എവിഡൻസ് വോ II. നമ്പ്യാർ ഒരു പ്രധാന ജന്മികുടുംബാംഗമായിരുന്നു. സുപ്രീം കോടതിയിൽ എ കെ ഗോപാലൻ Vs മദ്രാസ് പ്രസിഡൻസി (1950) എന്ന ഏറ്റവും പ്രധാനമായ ഭരണഘടനാ കേസിൽ എ കെ ജിക്കു വേണ്ടി നിർണ്ണായകവാദം നിർവ്വഹിച്ച് കരുതൽ തടങ്കൽ നിയമത്തെ റദ്ദാക്കിച്ചത് നമ്പ്യാരായിരുന്നു.

96. ആൻ അനലൈറ്റിക്കൽ സ്റ്റഡി ഓഫ് ദി പ്രോസസ്, അഗ്രേറിയൻ റിലേഷൻ ഇൻ റയട്ട് വാരി ഡിസ്ട്രിക്ട്, എ കെയ്സ് സ്റ്റഡി- അനുബന്ധം.

97. എം കെ നമ്പ്യാർ, എവിഡൻസ്

98. സെറ്റിൽമെന്റ് ഓഫ് ലാൻഡ് റവന്യൂ ഓഫ് കനറ ഡിസ്ട്രിക്ക് ബൈ എച്ച് എം പ്ലെയർ ഫസലി 1252 (1842-43) പേര 38.

99. മേൽച്ചൊന്നത്.

100. സെറ്റിൽമെന്റ് ഓഫ് ലാൻഡ് റവന്യൂ ഓഫ് കനറ ഡിസ്ട്രിക്ക് ഫസലി 1254 പേര 37

101. ഈസ്റ്റിന്ത്യാ കമ്പനി ട്രാവൻകൂർ രാജാവിൽനിന്നും 560 റാത്തൽ കണ്ടിക്കു 115 ക പ്രകാരം 3000 കണ്ടി കുരുമുളക് വാങ്ങാൻ കരാർ നല്കി. 28 ജനുവരി 1793. ലോഗൻ ട്രീറ്റീസ് നമ്പർ XXVII പു175 എന്നാൽ 1845-50 ൽ കുരുമുളകിന്റെ ശരാശരി വില 40ക-15-10 എന്നായിരുന്നു. ഫസലി 1259 ൽ (1849-50) അതിന്റെ വില 47 ക 7 ണ 5 പൈയും 1260 ഫസലിയിൽ (1850-57) ൽ അത് 45 ക 8 ണ 1 പൈ ആയിരുന്നു.

ഏലം കണ്ടിക്കു 614-12-8 പൈ ആയിരുന്നു. 1260 ഫസലിയിൽ. സുപ്പാരി (അടയ്ക്ക)ക്ക് 41-9-2 ആയിരുന്നു. 1000 തേങ്ങയ്ക്ക് അത്

16-6-1 ആയിരുന്നു. 1259 ൽ നെല്ല് മൂടയ്ക്ക് ശരാശരി വില 19-12-11 കയും അരിക്ക് 64-8-2 കയും ആയിരുന്നു. കയറ്റുമതി ചെയ്ത കുരു മുളക് 1255 ഫസലിയിൽ (1845-6) 1655 കണ്ടിയും 1256 ൽ 2682 കണ്ടിയും 1257 ൽ 863 കണ്ടിയും 1258 ൽ 1848 കണ്ടിയും 1259 ൽ 4128 കണ്ടിയും 1260 ൽ 3355 കണ്ടിയും ക്രമത്തിൽ ആയിരുന്നു. കനറാ ഡിസ്ട്രിക്ട് ലാൻഡ് റവന്യൂ സെറ്റിൽമെന്റ് ബൈ, എഫ് എൻ മാൽബി 1260 ഫസലി കാണുക.

102. ടി എൻ ബ്ലെയിൻ

103. *കാർഷിക ബന്ധങ്ങൾ, ധർമ്മകുമാർ, എഡി. ദി കേംബ്രിഡ്ജ് എക്ക ണോമിക് ഹിസ്റ്ററി ഓഫ് ഇന്ത്യ (ഡൽഹി, 1784 പതിപ്പ്) പു., 207 -241.*

104. കർണ്ണാടകത്തിലെ നികുതി പിരിവ് സാമ്പത്തിക ശോഷണത്തിന്റെ നല്ല ഉദാഹരണമാണ്. ഫസലി-വർഷം-ഉപ്പ്, പുകയില-അബ്കാരി 1241

Fasli	Year	Salt Rs	Tobacco Rs	Abkari Rs
1241	1831-32	248838	75022	39443
1242	1832-33	256977	72300	40266
1243	1833-34	292545	?	38929
1253	1843-44	328767	275739	59647
1254	1844-45	415772	284401	65456
1255	1845-46	425973	290896	67410
1256	1846-47	49203	290896	67410
1257	1847-48	499570	301410	66162
1258	1848-49	499570	301410	66162
1259	1849-50	454175	301274	72514
1260	1850-51	462429	291249	74829
1261	1851-52	443175	276956	79416
1262	1852-53	459641	165379	78556

(കണക്കായിത് ജമാബന്ദി റിപ്പോർട്ടുകളിൽനിന്ന്)

105. 1255,56,60 ഫസലിയിൽ കോളറ മരണങ്ങൾ 4376, 1433, 2684 എണ്ണ മായിരുന്നു കർണ്ണാടകത്തിൽ (ക്രമപ്രകാരം) ഇതേവർഷം വസൂരി മരണങ്ങൾ 5433, 637, 380 എന്നീ തോതിലായിരുന്നു. (ക്രമപ്രകാരം) ജമാബന്ദി റിപ്പോർട്ടുകൾ കാണുക.

106. ദേശീയതയും കർഷകസമരങ്ങളും സംബന്ധിച്ച കാര്യങ്ങൾ കെ കെ എൻ കുറുപ്പ് *കയ്യൂർ റയട്ട് കാലിക്കറ്റ്* 1978

107. അത്തരം വിഷമതകളുടെ വിശദീകരണത്തിന് *എ സി കണ്ണൻ നായർ ഒരു പഠനം* (കെ കെ എൻ കുറുപ്പ്, തിരുവനന്തപുരം, 1985) കാണുക.

108. കാസർകോടിലെ പ്രിൻസിപ്പൾ മുൻസിഫ് കോടതിയിൽ പാട്ടം, കടം,

വസ്തു ഒഴിയൽ എന്നിവ സംബന്ധിച്ച കേസുകൾ ഇപ്രകാരമാണ് (കോടതി റിക്കാർഡുകൾ)

1910-425	1916-303	1930-400
1911-326	1917-572	1931-147
1912-178	1918-314	1932-487
1913-632	1919-573	1933-447
1914-575	1928-334	1934-374
1915-241	1929-294	1935-912

109. കാസർഗോഡ് താലൂക്കിലെ സ്ഥിരപ്പെടുത്തിയ ഭൂമി വിൽപനകൾ ഇപ്രകാരരമാണ്.

1931–240 എണ്ണം

1932–42 എണ്ണം

1933–82 എണ്ണം

1934–75 എണ്ണം

1936–59 എണ്ണം

1938–162 പൂർണ്ണ വിവരങ്ങൾ ലഭ്യമല്ല.

മലബാർ ടെനൻസി റിപ്പോർട്ട്, 1940 കാണുക.

110. പെസന്റ്സ് മെമ്മോറിയലിസ്റ്റ് സംഘം, സൗത്ത് കനറാ ജില്ല കള ക്ലർക്ക്, 8 ഡിസംബർ 1938 കോർട്ട് റിക്കാർഡ്സ്, എസ് സി 44/1941. കെ കെ എൻ കുറുപ്പ് *കയ്യൂർ റയട്ട്* കാണുക.

111. കൃഷ്ണ ചഡഗ Vs ഗോവിന്ദ അഡിഗ, 12 ഏപ്രിൽ 1864 ഇന്ത്യൻ റിപ്പോർട്ട്സ് മദ്രാസ് സീരീസ് XVII പു 404–5.

112. 1942 ൽ ജോർജ് തോമസ് കൊട്ടുകാപ്പള്ളി ചീമേനിയിൽ ഇത്തരം തരിശുഭൂമി താഴക്കാട്ടു മനയിൽനിന്നും കുട്ടമത്ത് കുന്നിയൂർ വീട്ടിൽ നിന്നും ചാർത്തു വാങ്ങി. ഒരു പ്രൊഫ. ജോസഫ് കള്ളാർ ഗ്രാമ ത്തിൽ ഏക്കറിനു 6 ക തോതിൽ 500 ഏക്കർ വാങ്ങി എ സി കണ്ണൻ നായർ ബേളൂരിൽ 175 ഏക്കർ ഏക്കറിനു 19 ക പ്രകാരം വിൽപന നടത്തി. കണ്ണൻ നായർ ഡയറി 14 ജൂൺ 1943 കെ കെ എൻ കുറുപ്പ് *കണ്ണൻ നായർ ഒരു പഠനം* കാണുക.

പദവിവരണങ്ങൾ

അടവ്	–	വെറും പണയം
അനാദിബംജാർ	–	അറിയപ്പെടാത്ത കാലം മുതലുള്ള തരിശുഭൂമി
അർവർ	–	ഭൂമി കൈവശം നല്കുന്ന പണയം
ഭാഗായത്ത്	–	തെങ്ങ്, കവുങ്ങ് തോട്ടം
ബംജാർ	–	തരിശുഭൂമി
ബയൽ	–	നെൽകൃഷി ചെയ്യുന്ന താഴ്ന്ന സ്ഥലം
ബൈരീസ്	–	ചുമത്തിയ നികുതി അഥവാ റവന്യൂ
ബേട്ടു	–	ഓരോ വർഷവും ഒറ്റവില ഉല്പാദിപ്പിക്കുന്ന ഭൂമി
ഭർത്തി	–	പൂർണ്ണം ഒരു വർഗ്ഗം അഥവാ എസ്റ്റേറ്റ് മുഴുവൻ തരക് നികുതിയും നല്കാൻ കഴിവുള്ളതിനെ ഭർത്തി വർഗ്ഗ് എന്നു പറയുന്നു.
ഭോഗ്യാദി അടവ്	–	ഭൂമി കൈവശം നല്കിക്കൊണ്ടുള്ള പണയം
ബീജവരി	–	പാടത്തു വിതയ്ക്കുവാനുള്ള വിത്തലവ്
ബോർഡ് ഷിഫാറസ്	–	തരക് നികുതിയിൽനിന്നും സ്ഥിരമായി ഉളവ് ലഭിക്കുന്നതിനു ശുപാർശയുള്ള എസ്റ്റേറ്റ്
ചാലഗണിഗർ	–	വെറും കുടിയാന്മാർ
ജെനി വർഗ്ഗ് അഥവാ സർക്കാർ ജനി വർഗ്ഗ്	–	മൂലവർഗ്ഗത്തിൽനിന്നും ഗവൺമെന്റിൽ ലയിച്ച ഭൂമി

ഹാക്കൽ	–	തരിശുകൃഷിക്കുള്ള നികുതി. അത് കുംകി അവകാശത്തിനുള്ളിൽ ആണെങ്കിൽ നികുതി കെട്ടില്ല.
ഹൊസ്സാഗമ	–	പുതിയ കൃഷിസ്ഥലം
ഹുട്ട് വാലി	–	ഉല്പാദനം റിവാർഡ് ഹുട്ടാലി (സാധാരണ നികുതി ഉല്പാദനം)
ഹസീർ ഫുട്ട്‌വാലി	–	(യഥാർത്ഥ നികുതി ഉല്പാദനം)
ഇള്ളദർവാർ	–	കൈവശത്തോടെയുള്ള പണയം
കദീം	–	കമ്പനിക്കു മുമ്പുള്ള പഴയ കൃഷി
കുമരി	–	മാറ്റിക്കൊണ്ടിരിക്കുന്ന കൃഷി
കുംകി	–	കൃഷി ചെയ്തുവരുന്ന സ്ഥലത്തിന്റെ 100 വാരയ്ക്കിടയിൽ
കടുത്തല	–	കക്ഷികൾക്കിടയിൽ റവന്യൂ നല്കുവാനുള്ള നിശ്ചയം
കടുത്തലേദാർ	–	നികുതി കൊടുക്കാൻ ബാദ്ധ്യസ്ഥനായി രജിസ്റ്റർ ചെയ്ത വ്യക്തി
മഗ്ണ	–	റവന്യൂ ഗ്രാമങ്ങളുടെ കൂട്ടം
മജൽ (ഒന്ന്, രണ്ട്)	–	രണ്ടു വിളവ് നെല്ല് ഉല്പാദിപ്പിക്കുവാൻ കഴിവുള്ള ഭൂമി.
മൊഗറു	–	ഒരു വിള നെല്ലുല്പാദിപ്പിക്കുന്ന ഭൂമി
മൂലഗണികാർ	–	സ്ഥിരം കുടിയാന്മാർ
മൂലവർഗ്ഗദാർ	–	പരമ്പരാഗത ഭൂവുടമസ്ഥൻ
മൂലപട്ട	–	ബ്രിട്ടീഷുകാർ പൂർണ്ണ ഉടമസ്ഥാവകാശം കാണിച്ചു നല്കുന്ന പത്രം. മൂലി അവകാശം
പട്ല	–	മഴക്കാലത്തു വെള്ളക്കെട്ടായതിനാൽ ഒറ്റവിള കൃഷി ചെയ്യുന്ന നിലം.
രേക്ക അഥവാ ഷിസ്ത്	–	കർണ്ണാടകത്തിലെ ഹിന്ദു രാജാക്ക ന്മാർ വർഗ്ഗങ്ങളിൽ ചുമത്തിയ സ്ഥിര നികുതി

ശരാശരി – 1819 ലെ ശരാശരി നികുതിപിരിവ് എന്നു ബ്രിട്ടീഷുകാർ കണക്കാക്കിയത്.

അനുബന്ധം-4

ബ്ലെയിൻ നടത്തിയ എസ്റ്റിമേറ്റ് പ്രകാരം ജില്ലയിലെ മൊത്തം ഉല്പാദനവും നികുതിയും

		ഫസലി 1210 (എ ഡി 1801) ജനസംഖ്യ 5,92,000		ഫസലി 1257 എ ഡി1818 ജനസംഖ്യ 9,94,000	
		അളവ് (സേർ	രൂപ	അളവ്	രൂപ
ധാന്യം		192,060,000	50,93,310	272,107,500	85,51,950
മൈസൂറിൽനിന്നും കൊണ്ടുവന്നതും കർണ്ണാടക		25,51,500	85.050	10,206,000	34,20,082
ത്തിന് ഉപയോഗിച്ചതും കിഴിക്കുക		159,508,500	50,08,260	216,901,500	82
തേങ്ങ	നമ്പർ	39,400,000	6,30,400	66.300.000	10,60,800
അടയ്ക്ക	കണ്ടി	3.210.	1,12,350	5,400	1,89,000
കുരുമുളക്		420	21,000	710	35.500
	ആകെ	......	57,72,010	....	94,97,050
ഘാട്ടിന്റെ മീതെനിന്നും ധാന്യം ഇറക്കുമതി					
കണക്കാക്കിയതടക്കം		25,200,000	8,40,000	470,82,000	15,69,400
അടയ്ക്ക, കര, കടൽ വഴി		16,000	5,60,000	22,000	7,70,000
കുരുമുളക്		1,100	55,000	2,400	1,20,000
ഏലം		130	57,200	240	1,05,600
	ആകെ കയറ്റുമതി	......	15,12,200	......	25,65,000
	ആകെ	......	72,84,210	......	12,062,050
1/4 മൊത്തം ഉല്പാദനം		......	18,21,052	......	30,15,512
1/5 മൊത്തം ഉല്പാദനം		......	14,86,842	......	24,12,410
1/6 മൊത്തം ഉല്പാദനം		......	12,14,035	......	20,10,342
	സെറ്റിൽമെന്റ്	......	17,28,704	......	18,75,275

30 സേർ അരി 1 ക വില
42 സേർ റാഗി 1 ക വില
(1847 മെയ് 2 ന് ബ്ലെയിൻ കമ്മീഷനായി നിശ്ചയിക്കപ്പെട്ടു)

www.ingramcontent.com/pod-product-compliance
Lightning Source LLC
LaVergne TN
LVHW050416160726
843469LV00041B/1099